പൂർണ

2023

സി.വി.കെ.അടുത്തില

കണ്ണൂർ ജില്ലയിലെ ചെറുതാഴം നിവാസി. ജനനം: 1957 ജൂലൈ 15. പിതാവ്: എം. കൃഷ്ണൻ നമ്പ്യാർ. മാതാവ്: നാരായണി അമ്മ. അടുത്തില എൽ. പി. സ്കൂൾ, ഗവ. ഹൈസ്കൂൾ മാടായി, പയ്യന്നൂർ കോളേജ്, ഗവ. പോളി ടെക്നിക്ക് കണ്ണൂർ എന്നിവിടങ്ങളിൽ വിദ്യാഭ്യാസം. എക്കണോമിക്സ് & സ്റ്റാറ്റിസ്റ്റിക്സ് വകുപ്പിൽ റിസർച്ച് അസിസ്റ്റന്റ് ആയിരുന്നു. മൂന്നു നാടകങ്ങൾ, എട്ട് ഏകാങ്കങ്ങൾ, പത്ത് കുട്ടികളുടെ നാടകങ്ങൾ, എന്നിവ എഴുതി അവതരിപ്പിച്ചിട്ടുണ്ട്. പ്രസിദ്ധീകരിച്ച പുസ്തകങ്ങൾ: ആൽഫബഡ് (കുട്ടികളുടെ നാടകങ്ങൾ) പാഴിക്കുന്ന് പുരാവൃത്തം (നോവൽ) പ്രണയം പൂക്കുന്ന കാലം (കവിതകൾ). ഭാര്യ: സുമതി. മക്കൾ: അനുശ്രീ, അമൃത, അതുൽ പ്രണവ്. വിലാസം: ഉളിയം, മണ്ടൂർ പി.ഒ., കണ്ണൂർ-670501. മൊബൈൽ: 9633297680. ഇ-മെയിൽ: cvkaduthila57@gmail.com

കവിതകൾ

സി.വി.കെ. അടുത്തില

അടയാത്ത വാതിലുകൾ

പൂർണ പബ്ലിക്കേഷൻസ്, കോഴിക്കോട്

കോഴിക്കോട് ■ കല്പറ്റ ■ തിരുവനന്തപുരം

Poorna Publications

Adayatha vathilukal
Poems
C.V.K. Aduthila

Malayalam
First Edition: August 2023

Cover design: Rabeesh

Typesetting: Poorna Clt.

ISBN: 978-81-300-2641-1
10178 (8-2023) 155.I.0.s.

Published by:
POORNA PUBLICATIONS, KOZHIKODE
TBS Building, G.H. Road, Kozhikode-673001
Ph: 0495-2720085, 2720086, 2721025

Branches:**Kalpetta** 04936-203842
Thiruvananthapuram 0471-2570504

e-mail:tbsbook@gmail.com
Online Bookstore: www.tbsbook.com

ഭാഗം - ഒന്ന്

കാറ്റിന്റെ തോറ്റം

ഭാഗം - രണ്ട്

കരുതലായി ചിലർ

ഭാഗം-ഒന്ന്

കാറ്റിന്റെ തോറ്റം

അടയാത്ത വാതിലുകൾ

1

പ്രഭാതത്തിലുണരവേ,
മിഴിയുടക്കിയഘടികാരത്തിൽ
ചേർന്നിരുന്നെന്നെനോക്കുന്നു
സുസ്മിതംമാതൃപിതൃഛായാമുഖം!
ടിക് ടിക് മുഴങ്ങുന്നു വിഭ്രമതാളം,
എന്നെക്കുറിച്ചാകുലതയാലാകാം
ഞാനുമൊരിന്ത്യക്കാരനല്ലോ,
ഇരുപതാംനൂറ്റാണ്ടിലെ സാധാരണൻ!

ഉച്ചചായുംവരെയീവാതിലുകൾ
തുറന്നുവെച്ചു പ്രതീക്ഷയിൽ
നേട്ടങ്ങളെ തഴുകിത്താലോലിച്ചും
നഷ്ടങ്ങളെയോർത്തുവേദനിച്ചും
വെട്ടിപ്പിടിക്കാൻതന്ത്രംമെനഞ്ഞും,
കണ്ടില്ലപിറകേക്ക്നീളുംനിഴലൊട്ടും!

മധ്യാഹ്നവിശ്രമവേളയിൽ
ദിനപത്രത്തിലോടിച്ചുപോകവേ
എന്തെന്നറിയാത്തശോകം, നോക്കെ
മാതൃപിതൃഛായമാഞ്ഞെന്നോ
ടിക് ടിക്കില്ലാ, കറങ്ങുന്നുസൂചികൾ,
നിർവിഘ്നം നിർവികാരം ശാന്തം!

കാത്കൂർപ്പിച്ചേറ്റംശ്രമിക്കേശ്രവിക്കാം
ഉയരും ടിക് ടിക് നാദമെന്നുള്ളിൽ
പുറത്തേക്ക് നോക്കാൻവയ്യാവിധം
ഇടംമാറിന്റെപാളിയിൽശ്രേണീബദ്ധം!

2

അടയാവാതിലുമായ് പലരുണ്ടാം
സഖ്യം ചേരാനായെൻകൂടെ
തുറന്നിട്ടവാതിലുമായുറങ്ങാതെ,
ദിനരാത്രങ്ങളെണ്ണിക്കഴിയുവോർ.
അസൂയയില്ലൊട്ടും,
പടരാതിരിക്കട്ടെ സാക്ഷയിട്ടകമേ,
മുട്ടിവിളിച്ചലമുറയിട്ടാലും
കേൾക്കാസുഷുപ്തിയിൽ ചോര,
സിംഹപ്രതാപംസ്വപ്നംകണ്ടുറങ്ങോരെ.

ഭയവിറയേറി,വിളിച്ചൂഭാര്യയെമക്കളെ,
കേട്ടതില്ലാരുംപോയിതെങ്ങോ,യിനി
യുണ്ടേലുംകാര്യമെന്തുള്ളൂ,സഹിക്കാം.
ബോസിന്റെടാർഗറ്റ് ഭാര്യയ്ക്കുഭാരം
മക്കളോ ചാറ്റി,യിമോജിതോറ്റിയും
കറങ്ങിവന്നാ,ലഭയമൊരുമാളം!
വിശ്വമാനവരെന്നനാട്യം,തുറക്കില്ല
വാതിലുകൾ,തുറന്നാലൊട്ടാകെമായം,
എല്ലായിടവുമിതുപോലെയാകുമോ?

പത്രംമടക്കിമാറ്റി കണ്ണടച്ചൊരു
നെടുവീർപ്പൊഴിച്ചു ശാന്തിയ്ക്കായി.
കാതടച്ചിട്ടുംകമ്പനമനുക്രമം,നാട്
ഞടുങ്ങുംവിധമേറുന്നു ടിക് രവം!
ഞാനുമൊരിന്ത്യക്കാരനല്ലോ,പാവം
ഇരുപത്തൊന്നിലാദ്യപാദത്തിലും
മേൽക്കുമേൽസ്പന്ദനംമുറുകിവിഭ്രമേ
വാതിലുകളടയാത്തവ്യാകുലചിത്തേ
ഭ്രാന്തകാരായൂരാനെഞ്ചുതിർക്കും
ചോരച്ചാലുമായറ്റംകാണാസോദരർ,
ക്രൂരസംഘാസംഘകാമപീഡയാൽ

ചീന്തിയമാറുംമാനവുമായെങ്ങുംസോദരിമാർ
ജന്മകർമ്മാലടിയാളരായകറ്റപ്പെട്ടാട്ടും,
ചവിട്ടുമേറ്റുപിടയുന്നൊരുറ്റവർ
സംഹാരതാണ്ഡവമാടുമേതോക്രൂര
മൃഗവാഴ്വിലമർന്നന്ധകാരംപുലരെ
അടയാവാതിലുമായ്,പോർനില-
പ്പന്തമായ് ജ്വലിച്ചുയരാം നമുക്ക്.

കുചേലവൃത്തം
അഥവാ കുബേരചതുരം

നെടുവീർപ്പിലേക്കുയിർക്കുന്നു,
എൻ നീറുംമൗനനൊമ്പരങ്ങൾ.
പാട്ടംകൊണ്ട് നട്ടുനനച്ചജീവിതം
കൂടെനിന്നില്ലൊരവസ്ഥയുംതാങ്ങായി.
നിലയ്ക്കാറായിശ്വാസം,കടംമുറുകി,
മറന്നിതേ,സുധർമ്മാവിനെയേവരും
വാഴ്ത്തീകുചേലനായി,ദരിദ്രപ്രതീകം!

ഒരുപിടിയവിലുമായിസതീർത്ഥ്യനെ
ക്കാണുവാൻപോകവേ,മനമെഴുതി
യപേക്ഷ,തൻദൈന്യതയെച്ചൊല്ലി.
മാറ്റാനില്ലുടുതുണി,മാറുന്നില്ലപട്ടിണി,
എല്ലുപൊതിഞ്ഞ
തൊലിക്കെട്ടായികിടാങ്ങൾ
കുടികിടപ്പാകെജപ്തിയിൽ
കുടിലിന് മണ്ണോടുപ്രണയം.
കിണർ,കാന്തയുടെകണ്ണുപോൽ
വറ്റിവരണ്ട്,
പേക്കോലംകണ്ട്,
വിളിക്കാതായൊരുവേലയ്ക്കും,
ഇരക്കാനുമിടമില്ല,യിനിയീനാട്ടിൽ.

പുറംവഴിയിൽനിന്നേന്തിവലിഞ്ഞു
നിന്നെനോക്കെകാണുന്നുകുബേരനെ,
സതീർത്ഥ്യ,നിൻസ്വീകരണശാലയിൽ.
ആലിംഗനത്തിലാനന്ദാശ്രുപൊഴിച്ചേറ്റം
ആദരാലർഘ്യപാദ്യാദിപൂജ,
മഹത്തരസുന്ദരമീക്കാഴ്ച!

മായാബ്ഭരണവാഴ്ത്തലിലാകാമവൻ?
മുഴുകിച്ചിരിക്കുന്നിരുവരും!
മൂപ്പിളമതർക്കംചൊറിഞ്ഞും
കുതികാൽവാണിഭമോർത്തും,
കുരുതികൾതേട്ടിയരച്ചുമാകാം?

തിരക്കേറുംകുബേരനെന്തൊരുദു:ഖം!
നാടിൻവർണഗന്ധങ്ങളായപൂക്കൾ
വിടരാതെവാടിത്തകരുന്ന
സൗഗന്ധികയോർത്താവില്ലനൂനം.
തകരുന്നുരഥവീഥികൾ,
പോരായിടങ്ങൾവാനശകടങ്ങൾ
ക്കിറങ്ങാനുമെന്നദുഃഖമാകാം.
യുദ്ധംനടക്കുമെന്നുറപ്പാക്കിയ
ദിവ്യജ്ഞാനിക്കായുധപ്പുരക
ളണിയിച്ചൊരുക്കാത്തദുഃഖമാകാം.
പലപലതലമുറകാന്തികവലയ,
നവരത്നവിപണനമേളയുദാരം
പൊലിപ്പിക്കാദുഃഖമാകാം?

ആശ്വാസവാക്കുകളായിവാഗ്ദാനങ്ങളേറെ
ചൊരിഞ്ഞാനന്ദിപ്പിച്ചാകാംയാത്രാമൊഴി
കൂടത്തെതാങ്ങിപ്പുലർത്തുംകുബേരനല്ലോ!

ധ്യാനനിരതനായിനയനങ്ങൾകൂമ്പിയോ
ധ്യാനവീഥിയിൽകാണുന്നുണ്ടാം,ശ്രീ,
കുബേരകൃപയാനിറംമാറിയെത്തി,
സൗമ്യരായപര,പരാശക്തികൾതൻനിര,
കണ്ണിമതുറക്കാൻതോന്നാവിധം!

സതീർത്ഥ്യ,സുധർമ്മാവാംകുചേലനെ,
കൺമിഴിച്ചൊന്നു കാൺക,
ആശ്ലേഷിച്ചില്ലേലും.
ഒരുപിടിയവിൽകരുതിയിട്ടുണ്ടിരന്നെങ്കിലും,
വേണ്ടകഴിക്കേണ്ടൊരുതരിയതിൽനിന്നും,
അറികഗുരുകുലംഓർത്തീസതീർത്ഥ്യനെ!

അറിയാംനിനക്കെല്ലാംത്രികാലജ്ഞാനേ,
നോക്കുന്നോ,കാവലാളിനെരൂക്ഷം,
കവാടമടച്ചെന്നെപുറന്തള്ളാനാവാം?
ക്ഷോഭമരുത്കാവലാളേ,പോകുന്നൂശ്രീ,
ഉള്ളംനിറഞ്ഞാനന്ദിച്ചുനിന്നുയർച്ചയിൽ
സർവ്വംമറന്നീസുധർമ്മകുചേലൻ.

വിണ്ടമണ്ണിലൊരുമഴയ്ക്കുകാതോർത്തു
തിരികെനടക്കട്ടെ മുഷിഞ്ഞൊരീ
അവിൽപ്പൊതിയുമായി,
അന്ത്യയോജനയ്ക്കായൊരുചുവന്നചീട്ട്,
തളർച്ചയിലുംതളരാ
പ്രതീക്ഷയായിനുണഞ്ഞേവം.
മക്കളേ,പ്രിയതമേ,തരികമാപ്പ്,
എൻ വ്യർത്ഥമോഹങ്ങൾക്കാകെ!

കാലബോധം കൈവരിച്ച മൃഗങ്ങൾ

1

ആവടീൽ തളിർത്ത
സമദർശവിപ്ലവം
ജലമേകാതെ വളമേകാതെ
തിരിഞ്ഞുനോക്കാറില്ലെങ്കിലും
ആധുനികാനന്തര
നവോദാരകാലത്തും ചിലവർഗ്ഗം
വായാടിത്തീർക്കുന്നതുകേട്ട്
കഴുതകൾ കാമം
കരഞ്ഞുതീർക്കാറില്ലിപ്പോൾ.
'പ്രയോഗ'ത്തിലെങ്കിലും
വിപ്ലവം നടന്നല്ലോ!

2

രാമനാമമുരുവിട്ടൊ
രഭയാലയം തകർത്തും
കൊന്നും കൊലവിളിച്ചുമെൻപേരിൽ
കച്ചകെട്ടിക്കവാത്തുനടത്തി
സിംഹാസനം പൂകാനൊരുവർഗ്ഗം,
മനുഷ്യത്വമറ്റ്പോയതുകണ്ടന്തംവിട്ട്
തേട്ടിയരച്ചു ചുരത്താറില്ലിപ്പോൾഗോക്കൾ!

3

വാലില്ലാ (വാ)നരവർഗ്ഗത്തിലെ
വാനരത്വവ്യാപനം ഹേതുവായി
ഒരൊറ്റ പൂമാലയും കിട്ടാതെ
കുരങ്ങുകൾ ആധിപിടിച്ചലഞ്ഞു.

4

അതിവേഗംബഹുദൂരംപിറകിലാക്കിയ
നിറംമാറുന്ന ചെപ്പടിവിദ്യയിലേക്ക്
ഓന്തുകളസ്ത:പ്രജ്ഞരായി
തുറിച്ചുനോക്കിയമർഷംപൂണ്ടു,
ചങ്കിൽ ചോര ഇരച്ചുതുടിച്ചു!

5

വാലില്ലേലും
സമർത്ഥമായി വാലാട്ടുന്ന
വിധേയബാഹുല്യത്താൽ
ആസനത്തിൽ വാലുംചുരുട്ടിവെച്ച്
നായകുലം,
നാടുംനഗരവുംവിട്ടലഞ്ഞു.

6

ലജ്ജയിലും,
വിഷാദതാപത്തിലുമാണ്ട്
കണ്ടാമൃഗങ്ങൾ കാലത്തെശപിച്ചു.
തന്റെസർവ്വകാല ഗിന്നസ്റെക്കാർഡ്
നരാധമത്വംബാധിച്ചു,
തൊലിക്കട്ടിപെരുകുംനരമൃഗങ്ങളാൽ
തകർത്ത് മുന്നേറുന്നകാഴ്ച
അതീവഹൃദയഭേദകമായകംനൊന്തു
ഏകാന്തവാസത്തിലാണവർ!

7

വിശപ്പകറ്റാൻ പ്രകൃതിതന്ന
വരദാനമല്ലോ വേട്ട.
വലുപ്പച്ചെറുപ്പമോ
സ്വത്വമോ നോക്കാതെ
സകലസ്വാതന്ത്ര്യവുംവകവെച്ചുനൽകി,
വിശപ്പകറ്റാൻ മാത്രം
വേട്ടചെയ്തോരല്ലോ!
കൊടുംഭീകരതയായിവ്യാഖ്യാനിച്ചതിനെ

കാമപൂരണം മുതൽ
മേധാവിത്തസംസ്ഥാപനംവരെ
എല്ലാക്രൂരതകൾക്കും
ഏതൊരുവൻ പര്യായമാക്കിയോ,
പല്ലും നഖവും
അവന്റെതന്നെഅഹങ്കാരമാക്കിയതും
ആജന്മവിരക്തിയിലാഴ്ത്തി
പുല്ലുതിന്നുകയാണിപ്പോൾ പുലികൾ!

വന്മരങ്ങൾ ഓർക്കുന്നുണ്ടാവണം

വിണ്ണുകാണാത്തവേരുകൾ
മണ്ണിലേക്കാഴ്ന്നിറങ്ങുന്ന
ത്യാഗത്തിന്റെയൂർജ്ജമാണ്
മരത്തിന്റെ കാതൽ.
മുറിവേറ്റ് പിടഞ്ഞും
പീഡനമേറ്റ് പോരാടിയും
ചീഞ്ഞുംതളർന്നുംപടരവേ
അവകാണുന്നസ്വപ്നങ്ങളാവേണം
ചില്ലയിൽവിടരുന്നപൂവുകൾ.
ആ ആനന്ദത്തിൽ
വേരുകൾ പൊഴിക്കുന്ന
കണ്ണീരായിരിക്കാം
പൂവിലെതേൻതുള്ളികൾ.
ഇളംകാറ്റിന് താളമിട്ട്,
ശലഭങ്ങളോട് ശൃംഗരിച്ച്,
രതിസുഖംതേടുന്നപൂവുകൾ
അതറിയുന്നുണ്ടാവണം.
ഏത് കൊടുങ്കാറ്റിലും
മരത്തെവീഴാതെപിടിച്ചുനിർത്തി
അറ്റുപോയവേരുകളുടെ
പ്രതീക്ഷകൂടിയാണ്
പിറക്കാൻപോകുന്നയുണ്ണികൾ.

നീൽധാര*

ഗംഗയൊഴുകുന്നനസ്യൂതം
വളയുന്നൊരിടംനീൽധാര.
കാണ്മൂ,ദേവശിലാപാളികൾ
പതിച്ചശാന്തിതീരത്തിൻധ്യാനം.

ധ്യാനമേറ്റൊഴുകുന്നുനദി,
നീരവം,അതിസൗമ്യദീപ്തംകാലം.
ആറ്റിൽ കുമ്പിട്ടുകിടപ്പുണ്ട്,
തീരത്തോടടുത്തൊരുശവം.

വെളുവെളുത്തലിയാൻപാകം,
നരന്റെതായിചീർത്തേറേ,നദി
പാപങ്ങൾകഴുകിക്കളയുന്നതാവാം,
പാശങ്ങളഴിച്ചകറ്റുന്നതാവാം.

സർവ്വംത്യജിച്ചോ,പുണർന്നോ,മന
ക്കോട്ടകൾകെട്ടിപ്പടുത്തതെവിടെ?
ജീവിച്ചൊടുങ്ങീ,യിന്നീകാഴ്ച്ചയി
ലൊന്നുമില്ലാതെയൊന്നുമല്ലാതെ!

ഗമിക്കുന്നൊരുശ്വാനൻ,മന്ദംമന്ദം,
മണത്തുനോക്കിയാശവം,തരിച്ചു
നിന്നേതാനുംനിമിഷമാകിടപ്പുനോക്കി
തിരിച്ചൂമുഖം കിടുങ്ങുംഭീതിയിൽ.

മേല്പോട്ടുനോക്കിമോങ്ങീ,ദീനദീനം,
ദൈന്യമാംനരാവസ്ഥയോർത്തോ,
ഉടലേറ്റിനടന്ന പ്രിയപ്രാണന്റെ
ക്രൂരമാം പരിത്യാഗമോർത്തോ!

നദിയൊഴുകുന്നനസ്യൂതം,
നീൽധാരകളിൽ പ്രാണൻ,
ഇട്ടെറിഞ്ഞ മുഷിഞ്ഞുനാറിയ
ഉടയാടകളുമായനയമില്ലാതനന്തം.

---

* ഗംഗാനദിയിലെ വളഞ്ഞൊഴുകുന്നിടം.
അവിടെ ജലസമാധി നടക്കുന്നതിനാൽ ശവങ്ങൾ
തങ്ങിനിൽക്കുന്നതു കാണാം

വാമനൻ Vs ഗൗതമൻ

വാമനൻ :

തപം ചെയ്യാനിടം
യാചിച്ചൊരു വാമനൻ
ചതിചീർത്തുവളർന്നിരു
ചുവടാൽ ത്രിഭുവനമളന്നു,
ആർത്തിതീരാതൊരുതലയളന്നു.
നേടിയതെന്താവോ?
എഴുത്തോലയിടഞ്ഞു
എഴുത്താണിയകന്നു
കഥതീരുന്നവിടം
വാമനർ വാഴുന്നിവിടം!

ഗൗതമൻ :

ചെങ്കോല്, കിരീടം
കൊട്ടാരം, സുഖഭോഗം
പ്രിയതമ, പ്രിയപുത്രൻ
സർവ്വം പരിത്യജിച്ചിവ
നെടുത്തതൊരുഭിക്ഷാപാത്രം,
അളന്നതൊരു മഹാകാവ്യം.
"ബുദ്ധം ശരണം ഗച്ഛാമി
ധർമ്മം ശരണം ഗച്ഛാമി
സംഘം ശരണം ഗച്ഛാമി"
നേടിയതോ ത്രിഭുവനം.
എഴുത്തോലയിടഞ്ഞില്ല
എഴുത്താണിയകന്നില്ല
കഥതുടരുന്നിന്നും
ഗൗതമനലയുന്നെങ്ങോ!

പാവത്താൻ

പടുമരത്തിൽ
ചെത്തിയെടുത്തശില്പം
ചൊട്ടിനോക്കിയപ്പോൾ
ഉള്ളു പൊള്ള.
ഉപേക്ഷിച്ചതിനെ
കഞ്ഞിയനത്താം.
എങ്കിലുമൊരുനാൾ
മാടിവിളിച്ചതെന്നെ,
ഒരനാദിയഭൗമ
സംഗീതം പൊഴിച്ച്!
ഏറെ കൗതുകം,
ചെന്നുനോക്കെവിസ്മയം,
നറുതേനിലൊട്ടി
ചെറുതേനീച്ചകൾ!

മഴഭാവങ്ങൾ

കളിക്കൂട്ടുകാരിയായി
ചിന്നമഴ
കടലാസുതോണിയിറക്കെ
നനച്ചുവിട്ടു.

വെള്ളിക്കൊലുസിട്ട്
ഇളംവെയിലിൽ
നൃത്തം ചെയ്തും
നാണംകുണുങ്ങി
ഓടിയൊളിച്ചും
ഹൃദയംവരിഞ്ഞു
നൂൽമഴ.

ചാറ്റൽമഴ
തരുണകന്യകയായി
ലാസ്യമാടി
ഒരുപാട് മോഹിപ്പിച്ചു.

പ്രണയമഴ
പവിഴമുത്തായി
തുള്ളിത്തുളുമ്പി.

ചാഞ്ഞും മറിഞ്ഞും
ചെറുകാറ്റിലുലയുന്ന
കിന്നാരമഴ.

വൻകാറ്റിൽ
ആഞ്ഞ് പുളഞ്ഞ്
ശീൽക്കരിച്ചുലഞ്ഞ്
രതിമഴ.

മിന്നലിടിയോടെ
ആഞ്ഞടിക്കുംകാറ്റിൽ
ഇരുണ്ടുംതെളിഞ്ഞും
പെരുംപെയ്ത്തായി
കുത്തിയൊലിക്കും
ജീവിതമഴ.

സായാഹ്നത്തിൽ
സൗമ്യദീപ്തം
ധ്യാനനിരതമായി
തോരുന്നമഴ.

നിശബ്ദം
ആരുമറിയാതെ
കടന്നുവന്ന്
കാറ്റെടുത്തുമറയുന്ന
മരണമഴ.

പോതി *

തലയിലലങ്കാരഭാരം
കോത്തിരിപ്രഭാചാരുത.
ഉടയിലാളുന്നേറേപ്പന്തം,
മനയോലയേകീയഭൗമശോഭ.

ഉള്ളമറിഞ്ഞുറഞ്ഞുണരെ
എണ്ണപകർന്നു പ്രാർത്ഥന.
കൈവിട്ടുപോയ ശാന്തിയേം
കൂട്ടിയാൽ കൂടാത്തോ
ഐശ്വര്യോം തന്ന്
രോഗമില്ലാ നാളുകൾക്കായി.

അസുരവാദ്യം പൊലിച്ചുപൊലികെ
നൃത്തം കൊണ്ടു ദീർഘവൃത്തം.
പിന്നെ,കാവിൻചതുരം കയറിയിറങ്ങി
ആടീ, വളഞ്ഞും തിരിഞ്ഞും,
ഇടംവലംകറങ്ങീ പമ്പരംപോൽ.

തിരുമുടി കരിഞ്ഞു
കോത്തിരി പുകഞ്ഞു
അരയുട കത്തീ
മനയോലച്ചായമിളകീ,
കലശമാടിപ്പന്തമുരിഞ്ഞു.
പൈതങ്ങടെ പരാതികേട്ടു,
പ്രാർത്ഥനയറിഞ്ഞു,
സ്വപ്നംവിരിയേണ്ടുംവാചാലുചൊല്ലി.
ഏറിയോരുഗുണംവരുത്തി
ഒപ്പമുണ്ടെന്ന വീര്യംപകർന്നു.

മുന്നിൽ കണ്ണടച്ചു കൈകൂപ്പി
യൊരു വൃദ്ധനിലവിളി!
'അമ്മേ...
ഏനെ പകർന്നാടിയല്ലേ...
കരിന്തിരികത്തിയ കോത്തിരീന്നും
വാടിക്കരിഞ്ഞോരലങ്കാരഭാരത്തീന്നും
ചുറ്റുമാളിക്കത്തിയ പെരുവഴിതാണ്ടി
കത്തിക്കരിഞ്ഞൊരുടലീന്നും
ഏനെ മോചിപ്പിക്കണേ...!'

തെല്ലിടപകച്ചാപ്രതിരൂപത്തെ
ആത്മൻകൊടുത്തു, പോതി
സാന്ദ്രശോകം സാന്ത്വനംമൂളി.
'മ്ഉം....!അറിയുന്നെല്ലാം....!
മ്ഉം...., മ്... ഉം...., അരുതേ...!'

---

*പോതി :മലബാറിലെ തെയ്യക്കാവുകളിൽ കെട്ടിയാടുന്ന അമ്മ സങ്കല്പത്തിലുള്ള ഭഗവതി.

നരചർമ്മജീവരേഖ

പഞ്ചേന്ദ്രിയങ്ങളിലൊന്നാമനാണേ,
നാലുംപണിമുടക്കുമ്പോഴും
അവശ്യനാണേ!
രക്തമാംസമെല്ലെല്ലാംപൊതിയണം
സദാസമയോം ചുമക്കണം,
തിളങ്ങണം, വെയിൽകൊള്ളണം,
മഴനനയണം, കുളിര് കോതണം.
മെല്ലെയൊന്ന് മുട്ടിയാ,
അക്ഷണം സന്ദേശം നൽകണം.
ഓർത്തുപോകുന്നാരിത്ര
ഭാരംവഹിക്കുന്നതീധരണിയിൽ!

പച്ചകുത്തി ചിത്രംവരയ്ക്കുമെന്നിൽ
പരസ്യംപതിക്കാൻ പാട്ടംകൊടുക്കും.
ചിലപൊട്ടന്മാർ
തീകൂട്ടിയതിലൂടെയോടും
കനലിൽ ചെന്നങ്ങുവീഴും.
നീറുന്നനീറ്റലേയ്...!
ചിലവട്ടന്മാർ ഓടും
ചൊറിയണക്കാട്ടിലൂടെ...
കമ്പിളിപ്പുഴു ഊയലാടുന്നിടേ...
പിന്നൊരുചൊറിച്ചിലാ, കീറുംവരെ!
മറ്റൊരുകൂട്ടർ, പൊരിവെയിലത്ത്
പൊരിച്ചുകരിച്ചയ്യോ
സ്വയംശപിച്ചേപോം.
ഉടയോന്റെതെറ്റിന്നടിയന്ന് പ്രഹരം
പണ്ടാരടങ്ങാൻ
പലേസമരങ്ങളും പോരും.
മുമ്പീന്ന് കൊള്ളുന്നതെത്ര,
നിശ്ചയമില്ലൊന്നിനും!

വിവേചനക്കാരുടെ ലോകം
കറുപ്പെന്നും വെളുപ്പെന്നും.
മണ്ടന്മാരേ,
കറുപ്പിന്റെമാറ്റ്, കുറഞ്ഞുകുറഞ്ഞാവെളുപ്പ്.
കാണിക്കാറില്ല ഞങ്ങളതൊന്നും,
കറുത്താലുംവെളുത്താലുംപണിയൊന്നേ,
സുഖദു:ഖോം ഒരുപോലെ.

പരിഹസിക്കുംചിലർ തൊലിക്കട്ടി,
തൊലിക്കട്ടിയെന്നിങ്ങനെ
ഉടമേന്റെ ഹൃദയം മുരത്തതിന്!
(ഏമാനോടൊന്നും പറയല്ലേ,
പാഷാണം വാങ്ങിപ്പുരട്ടും.)

എന്തോവരട്ടെ, യാസുഖോണ്ടല്ലോ,
പ്രണയം പൂത്തനാളിലെ
സ്പർശം, തലോടൽ
അനവരതംനയനം കൂമ്പുന്നകുളിരേ,
ഓഹ്!ഓർക്കുമ്പോളാകെതരിക്കുന്നു,
കോരുന്നൂ കുളിര്, മായുന്നൂ ജര,
കാമകുന്തമാകാൻ കൊതിക്കുന്നു
നിറംകെട്ടു ചുരുണ്ട രോമംപോലും!

സായന്തനപ്പറവകൾ വീണ്ടും

കൂട്ടുകൂടിയസായന്തനങ്ങൾ
ഇരുളിലലിഞ്ഞലിഞ്ഞുപോകവേ
വേർപിരിഞ്ഞൊറ്റയൊറ്റയായി
വെളിച്ചംതേടിയലഞ്ഞവർനാം.

ബാല്യംതള്ളിയോരങ്കത്തട്ടിൽ
നേരുംനെറിയുംസമരായുധമായി
താങ്ങുംതണലുമില്ലാപ്പൊയ്ത്തിൽ
നിണവുംനീരുമൊഴുക്കിയതേറേ.

പൊള്ളിനീറ്റിയപകലുകളകന്നു
സായംകാലമണയവേമന്ദംമന്ദം
അന്ത്യമില്ലാകുളിരലപുണരാൻ
മോഹംനമ്മിൽനിറഞ്ഞുറഞ്ഞുവോ!

ഒരേയിരുട്ടിലലഞ്ഞുലഞ്ഞവർ
ഒരേപകലിനെതാണ്ടിയകന്നവർ
ആരുപതിച്ചൊരുകാന്തംനമ്മിൽ
വീണ്ടുംത്രസിച്ചതീസംഗമത്തിന്നായി!

കുറിക്കാംചോദ്യമൊരേയൊരെണ്ണം
നാമാസന്ധ്യയിൽചേക്കേറുമ്പോൾ
വെന്തിടംവീണ്ടുംകുത്തുകയല്ല,ക്ഷമിക്കൂ,
ഉണങ്ങാമുറിവുകൾചികയുകയല്ല.

കാലംവിരിയിച്ചേകിയോയഥാ,
കാലച്ചുഴിയിലകന്നുവോവൃഥാ,
അതോ,കാറ്റടിച്ചുടച്ചുകളഞ്ഞുവോ
അടവെച്ചോരരുമകിനാക്കളെല്ലാം?

വെക്കാംപുത്തൻകിനാക്കളിനിയും
ജീവചൈതന്യംവിളങ്ങുംകാലമുണ്ടേറെ
മയക്കംവെടിഞ്ഞല്പംചൂടുപകർന്നാൽ
വിരിയിക്കാംശേഷിച്ചകിനാക്കളെല്ലാം.

ഗംഗയിലെ ശവം

ഗംഗയിലൊഴുകുന്നശവമാണുഞാൻ
അലിയുന്നേറെചീർത്തുംചീഞ്ഞും
ചിലപ്പോളെന്നസ്ഥികൾശയിക്കാം
ലയിക്കാതീമാറിലനവധികാലം.

ഗംഗേ,നിൻതീരത്തല്ലോപിതൃക്കൾ
വളർന്നൂ,വളർത്തിയവരേറേസദ്
സംസ്കൃതികൾ,ഓർക്കുമ്പോളഭിമാനം,
ഇന്നനുഭവത്തിലതിലജ്ജാവഹം.

നീ നൽകുന്നൂ ജീവൻ, ജീവിതം
നീയേറ്റുവാങ്ങുന്നനാഥശവങ്ങൾ.
മാതൃമഹത്വം ഘോഷിപ്പവർക്ക്
ഹൃദയത്വമെന്തെന്നറിയാതെപോയോ?

ഭാരതമെൻമാതൃഭൂമിയെന്നോ
രായിരമായിരംമുറയേറ്റുപറഞ്ഞ
ഭിമാനിച്ചിവന്റെ മുഷിഞ്ഞബാല്യം
വന്ദിച്ചൂപതാകയെ നീലവാനിൽ.

അന്നെന്നുയിർത്തുടിപ്പായതി
ന്നലകളെനെഞ്ചേറ്റിയോമനിച്ച
സ്വപ്നങ്ങളേറെ,തലകുനിക്കുന്നു,
യാഥാർത്ഥ്യംനിറംകെട്ട്മുഷിഞ്ഞതല്ലോ!

പാരതന്ത്ര്യംപൊരുതിയകറ്റിയ
അപാരതന്ത്രംവിജയിച്ചെന്നാലും
നേടിയവരോ, ഒരുപിടിമാത്രം,
സ്വാതന്ത്ര്യവും ഭയാനകമിവിടെ.

ഗുരുചൊല്ലിതന്നന്നൊരുനാളിൽ
ത്രിവർണ്ണപതാകതന്നർത്ഥങ്ങളിൽ
മതിമറന്നഭിരമിച്ചിതെൻഭാവിയിൽ
സ്വപ്നങ്ങൾപറന്നാപതാകപോലെ.

ഓർക്കുന്നിന്നേറേഹൃദിസ്ഥമാം
വാക്കിൻമധുരാർത്ഥങ്ങൾക്ഷണികം
ബിംബങ്ങൾവെറുംനോക്കുകുത്തികൾ
നെഞ്ചേറ്റിയതെല്ലാംവൃഥാ,മിഥ്യ.!

ഏഴരപ്പതിറ്റാണ്ടിൻ സ്വാതന്ത്ര്യം
കണ്ടേനെൻചേരിയിൽവീർപ്പുമുട്ടി.
പരതുന്നുമക്കളാചവർക്കൂനയിൽ
അലയുന്നുതെരുവിൽ പേക്കോലമായി.

മഹാമാരിശ്വാസംമുട്ടിച്ചീത്തെരുവിൽ
ആരോരുംനോക്കാതെപിടഞ്ഞുചാവേ
വാവിട്ടലറിയാപ്പാതിയുംമക്കളും
ഒരിറ്റ് ജലമീചുണ്ടിൽപകരാനാവാതെ.

ജെ സി ബി കൈകൊണ്ട്കോരിയെടു
ത്തെന്നമ്മേ,ഗംഗേനിൻമാറിലൊഴുക്കി.
ധന്യനാകുന്നു, ഈ തീർത്ഥജലം
നുകർന്നു ചീർത്തു ഞാനലിയവേ.

മൃത്യുസത്യമെങ്കിലുമതെന്നായാലും
പുണരുമെന്നാകിലുംമരിച്ചില്ല,യാത്മൻ
വിക്ഷുബ്ദ്ധമാംകടൽ,ഇരമ്പുന്നതിൽ
കൊതിച്ചു പാഴായസ്വപ്നങ്ങളെല്ലാം!

ഇടറുന്നുവാക്കുകൾ മക്കളേജയിക്ക
ഈ ശ്വാസംമുട്ടും സ്വാതന്ത്ര്യത്തെ.
ത്യജിക്കമിഥ്യയെജയിക്കസ്വപ്നങ്ങളെ
പെരുക്കവാക്കുകൾക്കർത്ഥമുള്ളനാളുകൾ.

രക്തസാക്ഷിയുടെ അമ്മ

കോടമഞ്ഞിൻശീലമാറ്റിയൊരുതാരം
കുരുതിയുഴിഞ്ഞണഞ്ഞതിരിജ്വലിച്ചുയർന്ന്,
കാലത്തിന്നെറുകയിലൊരുതിലകമായി
സ്മരണകൾസഹജർക്കൂർജ്ജത്തിരകളായി.

സ്വപ്നങ്ങൾകരിഞ്ഞുകനൽശാഖയായോരമ്മ
എന്നിനിക്കാണുമെന്നുണ്ണീയെന്നവ്യഥയിൽ
കൺപോളകളടയാതെമരവിച്ചകിടപ്പിൻ
ശപ്തമാംദിനരാത്രദൈർഘ്യങ്ങളാരറിവൂ.

ആടിയുലയുന്നതകരവിളക്കിൻവെട്ടത്തിൽ
അത്താഴംവിളമ്പിവെച്ചുണ്ണാതുറങ്ങാതെ
നിൻപാദനിസ്വനംകാതോർത്തിരുന്നരാവുകൾ
ഹൃദയഭാരിക്കുംകരിയാത്തചിത്രങ്ങളായകമേ!

നല്ലനാളേക്കുവേണ്ടിയുള്ളോരൊരുക്കത്തിൽ
നീയെന്നുംമറന്നത് നിന്നെത്തന്നെയല്ലോ!
കാത്തിരുന്നുപരിഭവിക്കുന്നോരമ്മയെ,
നറുനിലാവൊളിയിൽമയക്കി'ചെ'യെന്നുതൂകി,നീ.

അറിയില്ലമ്മയ്ക്കതേണസ്റ്റിൻ'ചെ'യാണെ
ന്നുമസ്വസ്ഥനാണുയരാത്തലോകത്തിനുമുമ്പി
ലെങ്കിലുംപോരാട്ടംതപസ്യയായിക്കരുതി
അപരന്റെസ്വരങ്ങളുംസംഗീതമായാസ്വദിച്ചുനീ.

കൊലവിളിയുമായവരാദ്യംവന്നൊരുനാളമ്മ
ഞെട്ടിവിറച്ചു,മുന്നിലവൻപരസൗഹൃദങ്ങൾ
പരിഹാസശരംതൊടുത്തുടവാളൂരിപ്പുളക്കെ
തെറ്റൊന്നുംചെയ്തില്ലേയെന്നമ്മതാണുകേണു.

അമ്മയേറെയുപദേശിച്ചെങ്കിലുമവനൊരു
ചെറുപുഞ്ചിരിയിലൊതുക്കിയതിന്നുത്തരം
കൊലക്കത്തിക്കരിഞ്ഞുവീഴ്ത്താനാവാത്ത
കാലംകനൽതൊട്ടുസാക്ഷിപറയുംസത്യം.

പിന്നൊരുനാൾചോരയൊലിച്ചോടിയണഞ്ഞ
പ്പോളൊന്നുംതിരിയാതമ്മത്തേങ്ങിപ്പുണരേ,
ആർത്തലച്ചവർമിന്നുംവടിവാളുമായ് വലിച്ചു
തള്ളിയാമാതാവിൻമുന്നിലിട്ടാമകനെയറുത്തു.

ആശയംവളർത്താൻചീന്തിയച്ചോരച്ചാലുകളാൽ
അവനാപ്രസ്ഥാനത്തിന്നോമനയായിവളർന്നപ്പോളമ്മ
അഭിമാനിക്കുന്നെങ്കിലുംഅന്തരാത്മാവിലിരുട്ടേറി
ത്തളരുന്നു,മുലയൂട്ടിയമാറിടംനീറിയെരിയുന്നു.

ഒരു പ്രണയസ്തുതി

പ്രിയേ, നിൻ
പാദസ്പർശങ്ങളാൽ
ഈവഴിത്താരകൾസുന്ദരം.
പാദങ്ങളിൽ, കറുക
മുത്തുകൾ പൊഴിക്കുന്നു!
നടനതാളം, ചരാചര
തുഷിതാഗ്രത്തുടിപ്പ്.
കടാക്ഷത്തിനാൽ പൂവുകൾ
സുരലോകവശ്യം!
തഴുകിയെത്തുന്നനില
നഹമഹോ സുഗന്ധപൂരിതം.
സ്വരസ്ഥായികളിൽ
ത്രിലോകം സംഗീതമയം!
സ്വപ്നമറിഞ്ഞുവാനം
കിന്നാരതാരാലലംകൃതം.
വദനശോഭയേറ്റു പൂർണ്ണേന്ദു
അതിവിലാസവതി!
പ്രണയചുംബനങ്ങളാൽ
തേന്മധുരമയം സർവ്വം.
ജീവിതം ധന്യം, സഫലം!

നഗരത്തിലെ നാട്ടുമാവ്

പഴയകാലസ്മൃതികളെല്ലാം
പാഴ്ചിന്തകളാകാം,പുത്തർക്ക്,
നോക്കൂ,നേരമില്ലെഞ്ചുവട്ടിലെ
കുളിർമ്മധുരം നുണയാൻപോലും.
മരണസമാനമായേകാന്തതയിൽ
വഴിതെറ്റിയെത്തുന്ന രാക്കിളികൾ
കുറുകുന്നോരീണംമാത്രം,ചിലപ്പോൾ
തഴുകിയുണർത്തും കാറ്റും കൂട്ട്.

നീണ്ടു ബലമേറും വേരുകൾ
വിള്ളലുണ്ടാക്കി തകർക്കുമത്രേ
മോഡിയിൽ പ്രൗഢികാക്കുന്നൊ-
രഭിമാനമാം മതിലിൻ സുരക്ഷ.
പിഴച്ചകാറ്റടിച്ചൊടിച്ചേക്കാം
വാനിൽ പടർന്ന ശിഖരങ്ങൾ,
പതിച്ചേക്കാം പ്രതാപമാളികമുകളി-
ലെവിടെയും,മെനക്കേടല്ലാതെന്ത്!
കിട്ടാനില്ലൊരാളേം ഉയരം താണ്ടി
പറിച്ചെടുക്കാനീമധുരപ്പുളിമാങ്ങ,
ചീഞ്ഞളിഞ്ഞീച്ചയാർക്കുമല്ലേൽ,
പെരുകുംകൃമികീട,ഉരഗങ്ങളിവിടം.
കൊഴിയുന്നിലകളുടെ ധാരാളിത്തം
ചവറുകൂമ്പാരമായിത്തൊടിയഴക്
വൃത്തിഹീനമെന്നോതിമാനംകാക്കവ
രോർക്കാറില്ലാതേൻനുണഞ്ഞകാലം.

'വെട്ടിമാറ്റിയൊരുകുള്ളനെവെച്ചാ-
ലുയരില്ല,പടരില്ല, തകരില്ലമതിലുകൾ
കായ്ക്കും മാന്ത്രികമ്പോൽ നിറയെ
മധുരക്കനികൾകൈയെത്തുംദൂരെ.'

കാണാറില്ലാരുമെൻ പിടയുന്നുള്ള,
മതിനാൽചോദിപ്പൂമനുഷ്യർ,'മരമോ
നീ'യെന്നാക്ഷേപംചൊരിഞ്ഞു
പ്രതികരിക്കാത്ത നേരത്തന്യോന്യം.
ഓർക്കുക സർവ്വംസഹയായ മാതാ
തന്നൊരുവരമാണാശേഷിയും
പരോപകാരതൃഷ്ണയുംപാപം
ചെയ്യാജീവിതവു,മതിലഭിമാനിക്കാറുണ്ടെന്നും.
കൊന്നുതിന്നില്ലിതേവരെയൊരുവരും,
മറ്റാരുണ്ടങ്ങിനെ,നാംമരങ്ങളല്ലാതെ
യീമണ്ണിലെവെള്ളവുംജൈവവുംപിതൃ
ദാനപ്രകാശവുംമതിയെന്നുറച്ചവർ.
ഓർക്കുക, നിങ്ങൾചീറ്റുംവിഷമേറ്റുവാങ്ങി
പ്രാണവായുതിരിച്ചേകുമുദാരത.
കോടാലി,കടയ്ക്കലേക്കാഞ്ഞാഞ്ഞ്
മുറിവേറ്റ് വീണിടം നിറയുന്നശൂന്യത.

ഹാ കഷ്ടം!കുളിരൂറും തണൽഭവനം,
അന്നം,പ്രാണവായുതകർക്കുന്നവർ
സ്വയമേ തകരുകയാണല്ലോ!
നീണ്ടു വളർന്നു പടർന്ന ജീവിതം
വെട്ടിമാറ്റി കുള്ളനാക്കുകയല്ലോ!

ചാള

കട്ടമുറിച്ചുപ്പുകെട്ടി
മോന്തിനീറ്റേ,ചാളയണഞ്ഞു.

നനഞ്ഞകൊള്ളിയടുപ്പിൽക്കെട്ടു,
നെഞ്ചിലെക്കനലൂതിയൂതി
പുകഞ്ഞുകത്തീകൊള്ളി.

തല്ലിയലക്കിവെളുക്കാതെകീറി,
വെളുക്കാത്തതേറേതഴമ്പിച്ചതല്ലേ.

മുളക് അമ്മിയിൽമുതിയാതെതെന്നി
അരമില്ലാത്തമ്മിയിൽമുതിയുന്നതെന്ത്!

താളിയുപ്പിൽ പതയാതെപോയി,
ഉപ്പിനുംതാളിയ്ക്കുംചേർച്ചയെന്തുള്ളൂ!

നാടനടിച്ചുകാന്തനുദിക്കെ
വെളിച്ചമണഞ്ഞുഅകത്തുംപുറത്തും.

ബലിക്കോണേറി പല്ലിചിലച്ചു,
പറയാനെളുപ്പം എന്തിനീകുത്ത്?

മോന്തയ്ക്കുകൊട്ടി പുലയാട്ടുപാടെ,
പുലയാട്ടിനുപഥ്യംമോന്തയിലെത്താളം!

കൂട്ടാങ്ങൾ ബ്ലാർത്തുവിറച്ചുചുരുണ്ടു,
പൈതങ്ങൾക്കയ്യോചോരയില്ലാ പണ്ടേ.

കണ്ണടക്കാനെന്തിനീ,താരാട്ടെന്റുടയോ
താരാട്ടുകേട്ടല്ലോ ചൊട്ടയിലേശീലം,
ശീലങ്ങൾമാറ്റുകയെളുതല്ലെന്നോർക്കുക!

കീറപ്പായചൊടിക്കേപരിതപിച്ചു,
നിനക്കുമെന്നെവിടിഞ്ഞോപൊന്നേ.
ചുരുട്ടിക്കൂട്ടല്ലേ, ചുരുണ്ടുകൂടട്ടെ,
ചിതലരിക്കട്ടേ,ചിതയിലെടുക്കോളം.

കാവൽ

ഒരമ്മ പെറ്റ മക്കളവർ
തെരുവിലലഞ്ഞിതൊരുവൻ
കൂട്ടിലടഞ്ഞിതപരൻ.

കരിന്തേളുകൊറിച്ചട്ടയെച്ചപ്പി,
പെരുച്ചാഴിയെ തിന്നു കൊടിയൻ
കോഴിക്കുകാവലിരുന്നുറങ്ങാതെ,
കള്ളനെ വിരട്ടി പലവട്ടം
പുലിയെ പറപ്പിച്ചു പതറാതെ
മോങ്ങിയറിയിച്ചു കാലൻവരവ്.
എങ്കിലുമവനൊരു തെണ്ടിപ്പട്ടി,
കൊടുത്തില്ലൊരുമണിയന്നംനാട്ടാർ
കൊടുത്തതാട്ടും തൊഴിയുംമാത്രം.

കൂട്ടിലടഞ്ഞവനരുമ
തൊട്ടുതലോടിയെടു
ത്തോമനിച്ചവനെ യജമാനൻ.
പഞ്ചനക്ഷത്രഭോജ്യം നല്കി
നല്ലൊരു പട്ടുംപട്ടേം ചാർത്തി
കൈസറെന്നോമന പേരുംചൊല്ലി
ശ്വാനപ്രദർശനമേളയ്ക്കെത്തി.
പലപല പോസിൽ ഫോട്ടോയെടുത്തു
പോരാഞ്ഞേറെ സെൽഫിയെടുത്തു
ആപ്പിലെങ്ങും ഇട്ടുകറക്കി.
കോഴിപ്പങ്കു,മാട്ടിൻ സൂപ്പും
നൊട്ടിനുണഞ്ഞവൻ വാലാട്ടി
കാലുംനക്കി പൃഷ്ഠമുഴിഞ്ഞു,
മേലാളക്കൂട്ടിൽ മയങ്ങിയുറങ്ങി.

കൂർക്കം കേട്ടു ചിരിച്ചൊരു
പെരുങ്കള്ളന്, പൊട്ടിച്ചിരിച്ചു
കൈകൊടുത്തിതെജമാനൻ.

ഒന്നാംരാവിൻ ലഹരിപിടിച്ചവർ
സ്വന്തം നാട്ടിൽ കക്കാനിറങ്ങി.
ഓടിയടുത്തു കുരച്ചൊരു തെണ്ടിയെ
ഞെട്ടിയ കൈസർ വിരട്ടാൻ നോക്കി.
ശണ്ഠപെരുത്തു രാവേബഹളം
സ്വാസ്ഥ്യം കെട്ട് നാട്ടാരിറങ്ങി.
തണ്ടുംതടിയും പരതിയെടുത്തു
തെണ്ടിപ്പട്ടിയെ തല്ലിയൊടുക്കി,
കൈസർക്കുട്ടന് മുത്തം നല്കി.

വീട്ടിലെത്തിയവർ ഞെട്ടിവിറച്ചു
തട്ടിപ്പോയവരുടെയെല്ലാമെല്ലാം.
തലയിൽതല്ലിയലറിവിളിച്ചു
വഴിവിട്ടോടി വീടിനുചുറ്റും.
കണ്ടതോ ഉളിയും കണ്ണുകൾ
കേട്ടതോ പോത്തിന്മുക്രയിൽ
കുളമ്പടിയൊച്ചകൾ!

കാറ്റിന്റെ തോറ്റം

ചുറ്റും വഴികളിൽ
ആഴത്തിൽ ചാലുകീറിയതൊരു
ഭ്രാന്തൻ മഴയാണ്.
തന്നെതന്നിലൊതുക്കിയഭ്രാന്തൻമഴ.

മേഘങ്ങളെ തഴുകിക്കൂട്ടിയൊരു
കാറ്റുവരും.
തുള്ളികളോരോന്നും കൈകോർത്തു
പെയ്തിറങ്ങും.
മണ്ണലിയി,ച്ചാഴങ്ങൾ നികത്തും.
കാറ്റലിഞ്ഞമണ്ണിനെയാറ്റിയെടുക്കും.
വെയിൽ ചുട്ടെടുക്കും.
മഞ്ഞാവഴികളെ,കുളിരണിയിക്കും.
തന്നെ തന്നിൽനിന്നിറക്കിവിടും
ആ വഴികൾ.

ഒലീവ് മുളകൾക്കു മീതെ
കരിയില അടിച്ചുകൂട്ടിയതൊരു
ചുഴലിക്കാറ്റാണ്.
തന്നെതന്നിലൊതുക്കിയചുഴലിക്കാറ്റ്.

ചുഴലിക്കാറ്റിനെ പഴിച്ചലച്ചൊരു
കാറ്റുവരും.
അടിച്ചുകൂട്ടിയ കരിയിലകളെ
ചിക്കിയകറ്റും
തണുപ്പാകുംവളമാകും,കരിയിലകൾ.
കാറ്റൊ,ലീവിനെ തഴുകിയുണർത്തും.
മുത്തിവളർത്തും മഞ്ഞ്.
വെയിൽ ഊർജ്ജമൂട്ടും.
തന്നെ തന്നിൽനിന്നിറക്കിവിടും,
ആ ഒലീവ് മുളകൾ

കർണ്ണികാരത്തെ ഇലകരിച്ചു
ചുട്ടെടുത്തതൊരു
ചൂടൻ വേനലാണ്.
തന്നെതന്നിലൊതുക്കിയചൂടൻവേനൽ.

ചൂടൻവേനലിൽചൂളംകുത്തിയൊരു
കാറ്റുവരും.
കരിഞ്ഞുപോയ ഇലസ്മരണകൾ
തോറ്റം പാടും.
പാട്ടുകേട്ട് കരളലിയും
വിയർപ്പു കൊണ്ടു കുളിരണിയും
കർണ്ണികാരം പൂത്തുലയും.
തന്നെതന്നിൽനിന്നിറക്കിവിടും
ആ തോറ്റംപാട്ട്

ഉത്സവം

കൊടിയേറ്റം

ഏകനായൊരു വടവൃക്ഷ
മിരുൾ പൂണ്ടു നില്പൂ,
വേരുകൾ മുരടിച്ചു,
ദിശാകാലമറിയാതന്തിച്ച്.
കാമമോഹ വ്യാപാര
മഹോത്സവപ്പറമ്പിൽ
പലശ്ശതം പുഴുക്കളായി
മർത്ത്യരലയവെ!

അകലെയകലെയനന്ത
കോടി താരങ്ങളേറ്റി
ആകാശഗംഗാ
പ്രവാഹങ്ങളെങ്ങോട്ടോ.
ദീപ്തമാമാത്മാവിൻ
ചെരാതുക്കളലകളായി
ഒഴുകുന്നൊരു നദി
താഴെയിരുളിൽ!

ഒന്നാം ദിവസം

തിരുനടയിൽ കരിവീരച്ചന്തം,
ആലവട്ടംവെഞ്ചാമരംമുത്തുക്കുട,
ഉറഞ്ഞുയരും പഞ്ചാരിമേളം,
താളംചവിട്ടിയെഴുന്നള്ളിപ്പ്
പൊള്ളയാം വിഗ്രഹങ്ങളെ
പൊന്നും പൂവും ചാർത്തി
മൂഢരാം ജ്ഞാനാല്പസിദ്ധർ,
പ്രകൃത്യംബേ, നിൻ
പൊരുളേതുമറിയാതെ!

നിറക്കൂട്ടുകൾ വെടിക്കെട്ടുകൾ
വായ്ക്കുരവകൾ ശരണംവിളികൾ
ഉത്സാഹത്തിമർപ്പേറി
കാഴ്ചശീവേലികൾ.
പൊലിപ്പിക്കയാണേതോചൈതന്യം
ക്ഷയിച്ചവിഗ്രഹങ്ങളിലെന്നാൽ
നിറയുന്നതേയില്ല വരണ്ടകമല്ലേലും
നിറഞ്ഞതല്ലോ സ്വാർത്ഥതയാൽ.

രണ്ടാം ദിവസം

കേൾക്കുന്നില്ലാരുമേ, തവ
മൂകജൈവരാഗാലാപനം.
കാണുന്നില്ലാരുമേ, യാ
ശാന്തദീപ്തകടാക്ഷവർഷം.
അറിയുന്നില്ലാരുമാ സ്നേഹ
പൊൻതൂവൽ സ്പർശം.
ഓർക്കുന്നില്ലാരുമേ, തവ
ജനിമൃതിത്രികാലപ്പൊരുൾ.

ചുറ്റും വാണിഭച്ചന്തതന്നിരമ്പം
ഉപ്പുതൊട്ടമ്മ വില്പനച്ചരക്ക്.
വാങ്ങിക്കൂട്ടുന്നൂ ഭോഗിക
ളശാന്തികളഭംഗുരം.
കേവലമൂല്യങ്ങൾക്കപ്പുറ
മമൂല്യങ്ങളായവയൊന്നും
തേടുന്നില്ലാരുമേ, യെല്ലാം
കൈയൊഴിയുന്നുള്ളവകൂടി.

മൂന്നാം ദിവസം

മരണക്കിണറിലുയർന്നുംതാഴ്ന്നും
കറങ്ങിത്തിരിവതുകാൺകെ
ആർപ്പുവിളിപ്പവരറിയുന്നില്ല
താനോടുന്നകിണർ.
മൃഗശാലയിലെ മെരുങ്ങിയ

വന്യതയാകെത്തേടേ
ഓർക്കുന്നില്ലവരൊട്ടും,സ്വന്തം
മെരുങ്ങാ,വന്യതയൊന്നും.

തോൽപ്പാവക്കൂത്തിൽ
ലയിച്ചാസ്വദിച്ചുരസിക്കെ
അറിയുന്നില്ലവരാരോവലിക്കും
കാണാച്ചരടുകളൊന്നും.
മാന്ത്രികപ്പുരയിൽ മായാ
ജാലങ്ങളിൽ വിസ്മയിച്ചിരിക്കെ
ആരായുന്നില്ലവരൊട്ടും തന്റെ
വിസ്മയമാറ്റത്തിൻ പൊരുൾ.

ഉത്സവത്തിന്നായ് വന്നു
കെട്ടുകാഴ്ച്ചയിലലയുവോരവർ
ബലൂണൂതിത്തഴുകി
പൊട്ടിച്ചമറുന്ന കുട്ടികളവർ.
ചൂതാട്ടപമ്പരംകറക്കി
കറങ്ങിവീഴുവോരവർ
വെടിക്കെട്ടിൽ പഞ്ചേന്ദ്രിയങ്ങളെയും
ഭ്രമിപ്പിച്ചഭിരമിപ്പവരവർ.

നാലാം ദിവസം

എന്താണുത്സവമെന്നെൻചിന്ത
ചൂടുപിടിച്ചുണർന്നാളേ,
ഇണക്കിളികളീപ്പൂന്തോപ്പിൽ
രമിച്ചുംകൂകിയും വട്ടമിട്ടിരതേടി
പ്പോന്നൂ ചുറ്റും,ചിലപ്പോൾ
പങ്കിടുന്നൊരേ പഴം
സംഘമായി സായന്തനങ്ങളിൽ
ചിലച്ചുപാടി നൃത്തം ചെയ്യുന്നു.

എന്താണുത്സവമെന്നെൻകണ്ണും
കാതും കൂർത്തലയവെ
ചുറ്റും മാമരങ്ങൾ കാറ്റിലുലഞ്ഞു

തേൻകനി പൊഴിച്ച്
ചില്ലകളാടുന്നൂ ലാസ്യം, ഇലകൾ
കൂടെയേതോ മർമ്മരഗീതവുമായി,
അകക്കണ്ണു കോറുന്നാവിസ്മയം
ഉൾക്കാത് നുണയുന്നാരാഗം.

എന്താണുത്സവമെന്നെൻ മനം
നദിയോടൊപ്പമൊഴുകവേ,
കരയുടെ ദാഹംതീർത്തേകമായി
ഏകാഗ്രമായി
സർവ്വതിന്നുമിഷ്ടദാനം.
അസ്ഥിരരൂപിണീയായി, യാത്ര
യിലെന്നും കളകളാരവംപതഞ്ഞ്
അലകളായാഹ്ളാദച്ചുവടിൻലഹരി,
മനംകുളിർത്തു ലയിച്ചാലഹരിയിൽ!

അഞ്ചാം ദിവസം

എന്താണുത്സവമെന്നെന്നയൽ
ക്കാരോട് ചോദിക്കവേ ഭവ്യം
ഒരേ കടലിന്റെ പലകോണിൽ
പലേയുടയാടകളണിഞ്ഞവർ
മന്ത്രിക്കവേ, അപരന്റെ
നേർക്കൻപില്ലാത്തമ്പ്.
ഈ പെരുംകടലിനെന്നു
ടയാടചാർത്തുമെന്ന വീമ്പ്!

പിന്നെയലമുറയിട്ടട്ടഹസിച്ചു
പലതരം സംഹാരതാണ്ഡവം.
കുറിച്ചതതിരില്ലാ സ്നേഹം,
സ്നേഹമെന്നനാട്യംമാത്രം
വെറുപ്പുറഞ്ഞതാണാഭാവം.
പടുക്കുന്നതൈക്യമത്രേ,
ഐക്യമെന്നവെറുംനാട്യം
അനൈക്യമാണോരോചലനവും.

ഞെട്ടാതിരിക്കുന്നതെങ്ങിനെ
ഞെട്ടറ്റ് വീഴാതിരിക്കുന്നതെങ്ങിനെ!

ആറാം ദിവസം

മൂഢ്ഡാ,കാലമേറേകൊഴിഞ്ഞല്ലോ,
നിന്നുടയാടകളതിജീർണ്ണം.
നഗ്നനായി, ഈ കടലീലിറങ്ങി
യതിന്നഗാധതപരതുക.
അമൂല്യമുത്തുകളനവരതം
അനാഥമായിക്കിടപ്പതുകാണാം.
നീ ശേഖരിച്ചടയിരുന്നു,
വിനിമയമൂല്യംകല്പിക്കാനൊക്കാത്തവ.

അസഹ്യമാം കാമ
ക്രോധവാഴ്ച്ചയിൽ
അർത്ഥാർത്തിപൂണ്ടു
ഭ്രാന്തെടുത്തോടുവോർ.
മനുഷ്യത്വം മരിച്ചോഭൂവിൽ
അഹംബോധം വാഴ്വൂസർവ്വം.
അജൈവജീർണ്ണരായല്ലോ
എൻപ്രിയ സോദരരെങ്ങും!

കൊടിയിറക്കം

കാലമേറെ പ്രകാശിച്ചണയാത്തോ,
രേകനാം വടവൃക്ഷത്തിൻനിഴലിൽ
നിൽപ്പൂ ഞാൻ ഭയാക്രാന്തനനാഥൻ
സർവ്വബന്ധങ്ങളറ്റ് പിതൃപാപംപേറി.

ഭാഗം രണ്ട്

കരുതലായി ചിലർ

കരുതലായി ചിലർ

ചിലർ ഇങ്ങിനെയൊക്കെയാണ്!
തട്ടിയുംതകർന്നുംതലകുത്തിവീണും
അശാന്തമായിചുഴിപ്പെട്ടൊഴുകും.
പുഞ്ചിരിയോടെ,
ഉറവകൊണ്ടുള്ളം നിറയ്ക്കും,
കുടിനീരുംശാന്തിയുംതരും.

നാമവരുടെഉറവയുംവഴിയുംമുടക്കി
നഞ്ച് കലക്കാതിരിക്കുക.

ചിലർ ഇങ്ങിനെയൊക്കെയാണ്!
മുളങ്കാടുകളിൽതിങ്ങിവിങ്ങുന്ന
ആത്മസംഘർഷങ്ങളുടെ
അഗ്നിആളാനിരിപ്പുണ്ട്
എന്നിട്ടുംനൊമ്പരംഒതുക്കി
നമുക്കായിചിറകുകരിയുംവരെ
പീലിവിടർത്തിയാടിപ്പാടുന്നു!

കനിവ്കൊണ്ടവയെനനക്കേണ്ടതുണ്ട്,
തേങ്ങിയലറിആളിക്കത്താതിരിക്കാൻ!

ചിലർ ഇങ്ങിനെയൊക്കെയാണ്!
കുളിർപ്പന്തലിട്ടപച്ചിലപ്പുതപ്പ്
വെയിൽച്ചൂടേറ്റ് വാടിക്കരിഞ്ഞ്
അവസാന നാമ്പും കൊഴിഞ്ഞ്
പട്ടിണിയിലായിട്ടും
കരിഞ്ഞമുഖം മറച്ചുചിരിക്കുന്നു.,
നമുക്ക് കുളിർമ്മയും
കാഴ്ച്ചയുംസുഗന്ധവുമായി!

കനിവ് പെയ്തിറങ്ങേണ്ടതുണ്ട്,
പൂതലായി അവ വീഴാതിരിക്കാൻ.

ചിലർ ഇങ്ങിനെയൊക്കെയാണ്!
ദുരന്തങ്ങൾ പ്രവചിച്ച്,
പറക്കാൻ കഴിയാത്തവരെ
കരുതിയിരിപ്പുണ്ടവരെന്നും.
എന്നിട്ടും നമുക്ക് ചുറ്റും പറന്ന്
ആശ്വസിപ്പിക്കാനായിപാടുന്നുണ്ട്,
അവരുടെഭാഷ,
അവജ്ഞയോടെതള്ളിയിട്ടും
നിരന്തരംകൂടുതകർത്തു
വേട്ടയാടിയിട്ടും!

നമ്മൾ കാടുകാക്കേണ്ടതുണ്ട്,
അവർക്ക് കൂടൊരുക്കാനെങ്കിലും.

ചിലർ ഇങ്ങിനെയൊക്കെയാണ്!
നാം അന്നേ വേർപിരിഞ്ഞെങ്കിലും
ജീവാതുകാവലാളായി
വലുപ്പചെറുപ്പമില്ലാതെ
മാറുന്നുസ്വയംഅവരോരോരുത്തരും
അവരുടെ ഏറ്റവുംവലിയജ്ഞാനം
ജീവാതുവില്ലേൽജീവാധാനമില്ലെന്നാണ്
(നമ്മുടെ ജ്ഞാനം ദൈവമില്ലെങ്കിലെന്നും)
നാമവരോട് കൈകൂപ്പിയില്ലേലും
കുമ്പസാരിച്ചില്ലേലും
കടപ്പെട്ടില്ലേലും അണിചേരുക.,

ഏറ്റവും വലിയഅറിവിന്റെ
ഏറ്റവും ശരിയായപ്രയോഗത്തിന്.

അനാഥന്റെ ആത്മകഥ

ബോധത്തിലേക്ക് മരവിപ്പും
കണ്ണുകളിലേക്ക് ഇരുട്ടും പടർന്ന
പുലർകാലവേളയിൽ,
അവസാനമായി കണ്ടത്
എന്നോളം പീഡനമേൽക്കാത്ത
പ്രിയസുഹൃത്തിന്റെ നിഴലാണ്.
അവനെന്നെ ആശങ്കയോടെ
ആപാദചൂഡം മണത്തുനോക്കി.
തെല്ലുനേരം തലകുനിച്ചു
ദുഃഖത്തോടെ കടന്നുപോയി.
കുറച്ചകലെനിന്ന്
ആരുടേയോ വരവറിയിച്ചു
ദുരന്തംകാണുന്നതുപോലെമോങ്ങി!

ചത്തിട്ടില്ലെന്നവൻ
തിരിച്ചറിഞ്ഞിരിക്കാം.
അടുത്തുനിന്നാൽ
നഗരസഭയുടെതൂപ്പുകാർ
പൊറുപ്പിക്കില്ല എന്നവനറിയാം.
ഉണങ്ങിയവിറകുകൊള്ളിപോലെ
നിഴൽവീണ ഇടനാഴിയിൽ
ഞാൻ കിടന്നു.
ആരുടെയോവരവുംകാത്ത്,അഥവാ
ആരുടെയോയാത്രയുംകാത്ത്.

ഞാനൊരുമനുഷ്യനായിരിക്കാം!
അച്ഛനും അമ്മയും

എങ്ങിനെയോ എങ്ങോട്ടോപോയി.
ചിലപ്പോൾ നഗരസഭയുടെ
പഴയ മാലിന്യവണ്ടിയിലാവാം.

ഞാനീനഗരത്തിലലഞ്ഞു.
മരച്ചുവട്ടിലും കടത്തിണ്ണയിലും
അഴിഞ്ഞുകിടന്നുറങ്ങി.
എന്തെങ്കിലും പണിയെടുത്തു
ജീവിക്കാൻ കൊതിച്ചു,
ഒരു കഴുതയായെങ്കിലും.

ജന്മദോഷമോ,ഭാഗ്യദോഷമോ,
ഏവരും അകലംപാലിച്ചു,മൗനവും.
ഭിക്ഷാടകരെ അനുകരിച്ചു,
കിട്ടിയതാട്ടും തൊഴിയും.

പട്ടികളുടെ ചങ്ങാത്തംകൂടി,
ഹോട്ടലുകൾ തള്ളുന്ന
എച്ചിൽ കഴിച്ചു.
അപരാധം പറയരുതല്ലോ
ചിലരെന്റെ മുമ്പിൽ
ചിലതെല്ലാം കൊണ്ടിട്ടു.
നന്ദി!ലോകമേ നന്ദി!

പഴകിവലിച്ചെറിഞ്ഞ
വസ്ത്രങ്ങൾ ധരിച്ചു.
ഒന്നുകിട്ടുമ്പോൾ ഉടുത്തത് മാറ്റി
ശുചിത്വമെന്തെന്നറിയില്ലെനിക്ക്.
തിന്നലഞ്ഞുറങ്ങും.
ഇതെല്ലാം എന്തിനെന്നുമറിയില്ല.

തെരുവോരങ്ങളിലെ ഇരുളിൽ
ആണുംപെണ്ണുംചേർന്നുപുളയുന്നതും
ചാറ്റൽമഴയിൽ പട്ടികൾ
ഇരുദിശയിലേക്കുനോക്കി
പിരിയാനാവാതെ

കോർത്തുനിൽക്കുന്നതുംകണ്ടിട്ടുണ്ട്.
ആ കാഴ്ച്ചയോടെനിക്ക്കൊതിയായിരുന്നു!

മനുഷ്യാ, നിങ്ങളുടെലോകത്ത്
രൂപസാദൃശ്യമുള്ള, ഞാനാര്?
എനിക്ക് നിങ്ങളിൽ ഒരാളാവാൻ
കഴിയാത്തതെന്ത്!?

ഇതൊന്നും ഞാനെഴുതിയതല്ല.
എനിക്ക് ഭാഷയില്ല, എഴുത്തില്ല.
അല്പംവാക്കുകൾമാത്രമറിയാം.
ഈ ശരീരം
അതിന്റെ പ്രാകൃതപ്രകൃതിയിൽ
വരച്ചുവെച്ചത്
നഗരവണ്ടിയ്ക്കൊപ്പംവന്നൊരാൾ
പകർത്തിഎഴുതുകയായിരുന്നു.

അവരെന്നെയെടുത്തു,
അല്പം വിഷമത്തോടെ
വണ്ടിയിലെ മാലിന്യത്തിൽ
ഒരരികിൽ വെക്കുന്നു.
പാവങ്ങൾ...!
മരിച്ചെന്നു കരുതിക്കാണും.
മരിച്ചാലും ഇല്ലെങ്കിലും
എനിക്കെന്ത്? അവർക്കെന്ത്?
ആർക്കെന്ത്?

നിങ്ങളുടെ പടുകൂറ്റൻ പ്രതിമകൾ,
പ്രതിമകൾക്കു മുന്നിലെ
ഉത്സവങ്ങൾ, വെടിക്കെട്ടുകൾ,
ദേശസ്നേഹദിനാഘോഷങ്ങൾ,
തിരക്കു പിടിച്ചു
ചീറിപ്പായുന്ന ഈ നഗരം,
എങ്ങോട്ടോ കുതിക്കുന്ന
നിങ്ങളുടെ റോക്കറ്റുകൾ,
എല്ലാം കണ്ടിട്ടുണ്ട്.

മിഴിച്ചുനോക്കിയിരുന്നിട്ടുണ്ട്.
നന്ദി...!ലോകമേ... നന്ദി...!

മരണകവാടത്തിൽ കിട്ടിയ
ദിവ്യജ്ഞാനത്തിൽ,ഇതെല്ലാം
ഓർത്തെടുക്കാൻകഴിഞ്ഞല്ലോ,
നന്ദി, പ്രിയരേ...ന... ന്ദി....

ഇരുട്ടുകഴുകി ഒരാൾ

നന്നേരാവിലെ
അയാൾ ഭാര്യയോട് പറഞ്ഞു,
ഞാനങ്ങു ഇറങ്ങുവാ.
അയാൾ വെളിച്ചം തെളിച്ചു നടന്നു.
നോക്കി നിന്ന ഭാര്യ ഞെട്ടി!
അയാളുടെ പിറകെ ഇരുട്ട് കൂടുന്നു.
വൈകുന്നേരം
അയാൾ തിരിച്ചെത്തിയത്
പിന്നിൽ നിറയെ ഇരുട്ടുമായി.
ഭാര്യ ഭയന്നു വാതിലടച്ചു.
നീ പിന്നിലെ ഇരുട്ട് നോക്കേണ്ട
മുന്നിലെ വെളിച്ചം കാണൂ
അയാൾ ഭാര്യയോട് അഭ്യർത്ഥിച്ചു.
വാതിൽ തുറക്കാതെ ഭാര്യ
കണ്ണടച്ചു വിളിച്ചു പറഞ്ഞു.
ഇരുട്ട് കഴുകിക്കളഞ്ഞു വരൂ.
വെളിച്ചം കൊണ്ടു ഇരുട്ടു
കഴുകി നടന്നു അയാൾ.
കഴുകിയിട്ടും കഴുകിയിട്ടും
മുന്നിൽ മാത്രം വെളിച്ചം.
പിന്നിലെന്നും ഇരുട്ട്!

മാസ്കുകൾ

ഒരു ചാനൽ വാർത്ത:
'കോവിഡിനെ അകറ്റാൻ
വായും മൂക്കും മൂടുന്ന
മാസ്ക് നിർബന്ധം എന്ന്
ലോകാരോഗ്യസംഘടന'.

ഞാൻ അച്ഛന്റെ മുഖത്തേക്ക്,
സസൂക്ഷ്മം നോക്കി.
അച്ഛൻ എന്റെ മുഖത്തേക്കും.
ഞങ്ങൾ ഊറിയൂറി ചിരിച്ചു.
ചിരിയടങ്ങുന്നേയില്ല!
അതു കണ്ടു വീട്ടുകാർ
പരസ്പരം സൂക്ഷിച്ചു നോക്കി,
പരസ്പരം ചൂണ്ടിച്ചിരിച്ചു!

ഞാൻ പുറത്തേക്കിറങ്ങി നോക്കെ,
അയൽക്കാർ അന്യോന്യം,
തെരുവിലെയുംചന്തയിലെയുംആളുകൾ,
ഉദ്യോഗസ്ഥർ,
നീതിപാലകർ,
ഭരണാധികാരികൾ,
മാധ്യമപ്രവർത്തകർ,
എല്ലാം പരസ്പരം ചൂണ്ടുന്നു.
ചിലർ മതിമറന്നു ചിരിക്കുന്നു,
ചിലർ ഭയന്നു നിലവിളിക്കുന്നു!

അദ്ഭുതം എന്നേ പറയേണ്ടു,
ഓരോ കണ്ണാടി,
ഓരോരുത്തരുടെയും മുന്നിൽ!
ചിരി മെല്ലെ മായുന്നു.
ഭയം മാറ്റിവെക്കുന്നു.

മുഖം ഉള്ളിലേക്കു വലിച്ചും
മറച്ചു പിടിച്ചു മാറിയും,
തടവിവലിച്ചും മാന്തിപ്പൊളിച്ചും.
കയ്യിൽക്കിട്ടിയവർ
അറപ്പോടെ ദൂരേക്കളയുന്നു.
ചിലർക്കു രക്ഷയില്ല, കിട്ടാവിധം
അത്രയേറെ ഒട്ടിപ്പോയിരിക്കുന്നു!
മാഞ്ഞചിരിയെ തിരികെവെച്ചുചിലർ
ഒന്നും സംഭവിക്കാത്തപോലെ
പഴയ കർമ്മങ്ങൾ തുടർന്നു.

ചിലപാവങ്ങൾ,
നടക്കുന്നതെന്താണെന്ന്
മനസ്സിലാകാതെ പകച്ചുപോയി.

വൈകാതെ ഏവരും
പ്രതിരോധമാസ്കുകൾ തേടിയിറങ്ങി
വായും മൂക്കും മൂടേണ്ടതുണ്ടല്ലോ!

ചാനലിൽ പുതിയ അറിയിപ്പ്:
'നിങ്ങൾ മാസ്കുകൾ ധരിച്ചാൽ
കത്തുന്നതിരിയെ ഊതി,
കെടുത്താൻ കഴിയാത്തതാവട്ടെ.'

നഗരങ്ങൾ

നിഴലില്ലാത്ത ഒരുവേള,
നഗരത്തിലൂടെ നടക്കുകയാണ്.
ചീറുകയാണ് വാഹനങ്ങൾ?
അല്ലേ അല്ല,
ഒരൊറ്റ വാഹനവും ചലിക്കുന്നില്ല!
തിങ്ങി ഒഴുകുകയാണ് മനുഷ്യർ?
ഇല്ലേ ഇല്ല,
ഒരൊറ്റ മനുഷ്യനുമില്ല!
മറ്റുജീവജാലങ്ങൾ ഒന്നുമേയില്ല.
വീതിയേറിയപാതകൾ,
നടുവിലൂടെ ഉയർന്നപാലങ്ങൾ,
പാലങ്ങളിൽതറിയോടംപോലൊഴുകിയ
വിവിധതരം വണ്ടികളും നിശ്ചലം!
ചെരിച്ചാള നൂതൻ ആകാശത്തിൽ
പൂണ്ടുപോയഫ്ളാറ്റ് വരെയുള്ള
കെട്ടിടക്കൂമ്പാരങ്ങളുടെ
നിശ്വാസം നിലച്ച നിശബ്ദത!

കുഞ്ഞുകൗതുകത്തോടെ
മെല്ലെമെല്ലെ മഴയിറങ്ങിവന്നു.
പിന്നെ നിർഭയം പ്രളയമഴയായി
തകർത്തുപെയ്തെല്ലാംമായ്ച്ചുകളഞ്ഞു!
നോക്കണേ അദ്ഭുതം,
നിറയെ ചെടികൾ മുളച്ചുപൊങ്ങി,
വളർന്നു വന്മരങ്ങളായി,
കൊടുങ്കാടായി,
കിളികളുംമൃഗങ്ങളും വന്നുനിറഞ്ഞു.
അവർക്കിടയിൽ
അനേകർ... അനേകർ...!
മെല്ലെ എന്റെ നിഴൽ മുളച്ചു,
അവരിലേക്ക് വളർന്നുലയിച്ചു,
ഇരയുംഇണയും തേടി ഞങ്ങൾനടന്നു!

ഇവർ ആരാ മക്കൾ!

മേനിപറയുകയല്ലെടേ,
നിങ്ങൾപണിത ഈ കൊച്ചുവീടിനു
എന്തൊരു ദൃഢവശ്യത!
കൊട്ടാരത്തിന്റെ പേരക്കുട്ടിതന്നെ.
അറകൾക്കു
ആ ഹൃദയത്തോളം വിശാലത.
കുഴിച്ച കിണറിൽ
ഒരിക്കലും വറ്റാത്ത
കണ്ണീർത്തെളിമയുള്ള ജലം!
തോട്ടത്തിന്റെ മതിലുകളോ
നേരെവാ നേരെപോ,
ആരുംനോക്കി കുരുക്കഴിക്കാൻ
നിന്നുപോകുന്ന
വശ്യതയാർന്നകെട്ടുപണി!
ഒന്നും മയക്കുവെടിയല്ലെടേ.
പരിപാലിച്ച വൃക്ഷങ്ങൾക്കു
ആഗ്രഹംപോലുള്ള പൂങ്കുലകൾ.
വിനയമാർന്ന മനോമോഹനം
പൂന്തോപ്പിലെ പൂവുകൾ.
പണിതആഭരണങ്ങളിലെമുത്തുകളോ,
ഇളംവെയിൽ തട്ടുന്ന വിയർപ്പുതന്നെ.
ഫാക്ടറിയിലെ പുകക്കുഴലുകളിൽ
ആജീവിതത്തിന്റെ,
സുഗന്ധവുംവെന്നിക്കൊടിയും!
കരിഞ്ഞഗന്ധവും പുകയുംഅല്ലെടേ!
അരച്ചരിച്ചുതന്ന മുന്തിരിച്ചാർ
ഞാനൊന്ന് നൊട്ടിനുണയട്ടെ.
തീരല്ലേ... തീരല്ലേ...,
ഞഞ്ഞും ഞഞ്ഞും ഞ ച!
മതിവരുന്നില്ലെടേയ്!
നോക്കിനില്ക്കാതെവല്ലതുംകഴിച്ചുവാ,
എന്നിട്ടുവേണംകടലിൽഓടമിറക്കാൻ.

ഒരു ഇൻസ്റ്റലേഷൻ ഗാലറി

വിവേകാനന്ദൻ വിലപിച്ചു
ഒരു ഭ്രാന്താലയം.
ഗുരു ചൊല്ലിത്തന്നു
ജാതി മതം ദൈവം ഒന്ന്.
വി. ടി. എഴുതിക്കളിച്ചു
അടുക്കളയിൽ നിന്ന് അരങ്ങത്തേക്ക്
ഭാസി ഒളിവിൽ കുറിച്ചു
നിങ്ങളെന്നെ കമ്മ്യൂണിസ്റ്റാക്കി.
ബഷീർ തെറ്റിക്കൂട്ടി
ഒന്നും ഒന്നും ഇമ്മിണി ബെല്യ ഒന്ന്.
ചെറുകാട് കൂവിയാർത്തു
നമ്മളൊന്ന്.

ഒന്നായ നമ്മൾ
ബെല്യ ബെല്യ പത്രാസ് കാണിച്ച്
ചെറിയ ചെറിയ ഒന്നുകളായി
നിങ്ങളാരാകമ്മ്യൂണിസ്റ്റ്കളേന്നുകലമ്പി
അരങ്ങ് അടുക്കളയാക്കി
ദൈവത്തെ തറിച്ചുമുറിച്ചു
മതമെന്നും ജാതിയെന്നും
വെച്ചു കളിച്ചു
ഭ്രാന്താലയമാക്കുന്നോ?

കൊക്കും ചെന്നായും

കരയിലെ ചെന്നായെ നോക്കി
ചതുപ്പിലെ കൊക്ക് നിരീച്ചു.
ചിറകു കഴയ്ക്കാത്തിടം തൊട്ടു
ചതുപ്പ് വരളാത്തിടംവരെ,
ചെന്നായെ ഭയക്കേണ്ട.

വാപിളർന്നു കണ്ണീരടക്കി,
ചെന്നായ അവ്യക്തമായി മുരണ്ടു.
തൊണ്ടയിൽ മീൻകുടുങ്ങി
ചങ്ങാതീ, നിനക്കായ് കരുതിയത്.
നീയെടുത്തു തിന്നോളൂ,
എനിക്കാശ്വാസവുമായി.

ചങ്ങാതി ചതിക്കുമോ,
എന്റെ ശ്വാസം തീരുമോ?
സ്വപ്നമോ,അതോ
പഴയ ഗുണപാഠകഥയോ!

ഉപകാരം ചെയ്താൽ
സ്വർഗ്ഗവാതിൽ തുറക്കും,
ഞാനാവഴീലാണേ.
ഈ ദാനം സ്വീകരിച്ചാലും,
സഹായിച്ചു ധന്യനായാലും.

ഓ! ഓടുന്നുണ്ടെന്നിൽ,
ആ ഉദരമോ എന്റെ സ്വർഗ്ഗം.
ജീവൻ കൊടുത്തും
ആപത്തിൽപ്പെട്ടവനെ,
രക്ഷിക്കുന്നതാണെന്റെ ധർമ്മം.

പാഠപുസ്തകത്തിൽ നിന്നും
അതന്നേ അന്യമായെങ്കിലും.
പട്ടിയുടെ വാല് നിവരുമോ
വർഗ്ഗസ്വഭാവം മാറുമോ!?

സഫലമീജന്മം

അളവിൽ സമുദ്രമല്ല
അവഗണിക്കുന്ന തുള്ളിമാത്രം.
സത്തയിൽ സമുദ്രമാണ്
സാഗരനീലിമയും
ഗർജ്ജിക്കുന്നതിരകളും
കാണാം ഓരോ തുള്ളിയിലും.
കാഴ്ച്ചയുടെ സൂക്ഷ്മതയും
ഉള്ളിന്റെ വിശാലതയും
അതടയാളപ്പെടുത്തുന്നു.

തപിക്കുന്നുണ്ടേറെ
തുള്ളികളോരോന്നും,
രൂപംപോലും മാറുന്നുണ്ട്.
അവഗണനയുടെ
പരകോടിയിൽ നീറിനീറി
അലക്ഷ്യം അലയുന്നുണ്ട്.

കാരുണ്യം വർഷിക്കുന്നവൻ
സ്നേഹപൂർവ്വം
തടുത്തുകൂട്ടിത്തഴുകി
പുനർജ്ജന്മം തരുന്നു.
തുള്ളിതുള്ളിയായി പതിച്ചു
ചരാചരങ്ങളുടെ ദാഹമകറ്റി
മണ്ണിന്റെ കുളിർമ്മയും
ജീവജലവുമാകുന്നു.

ദൈവത്തിന്റെ സ്രഷ്ടാക്കൾ

ആരേയും വിഭ്രമിപ്പിക്കുന്ന
നിങ്ങളുടെ മണിമാളികകളുടെ
ചാരുവീഥികൾക്കകലെ
ചുമരില്ലാത്ത കൊട്ടാരം
പണിതവരാരാണ്?

ആകാശത്തെ
അതിന്റെ മേൽക്കൂരയാക്കി
മുത്തുകൾ പതിച്ചവർ.
ആകാശഗംഗയെ
കൊടിക്കൂറയാക്കിയവർ!

നക്ഷത്രങ്ങളുടെ
ഒളികൺ കിന്നാരം കണ്ട്
നിലാവ് നുണഞ്ഞു ലഹരിപിടിച്ച്
മയങ്ങിക്കിടപ്പവരാരാണ്?

സൂര്യാസ്ത്രങ്ങളെ
സ്വന്തം തോലുകൊണ്ട്
വളരെ ശാന്തമായി തടുക്കുന്നവർ,
കാലനെ വെല്ലുവിളിക്കുന്നവർ!

മരംകോച്ചുന്ന മഞ്ഞിനെ
കൂച്ചിപ്പിടിച്ചു ഞെരിച്ചുകൊന്ന്
പുറംതിരിഞ്ഞു കിടക്കുന്നവരാരാണ്?

കെട്ടിപ്പുണരുന്നമിന്നലിനെ
ചുംബിച്ചണച്ച്
ലജ്ജാവിവശയാക്കുന്നവർ!

നിഴലുകളുടെ മറവുകളെ
രാസക്രീഡയ്ക്കു
മണിയറയാക്കുന്നവരാരാണ്?

പെരുമഴയിൽ
കൊടുങ്കാറ്റിനെ കൂസാതെ
കൂനിപ്പിടിച്ചിരുന്ന്
കുളിച്ചു കൊണ്ടുറങ്ങുന്നവർ.
ഒരിക്കലും നിഴലുകൾ
അളക്കാത്തവർ.
ദൈവത്തിന്റെ മാതാപിതാക്കൾ!

ക്ഷോഭം

കടൽ പറുദീസയാണ്.
മതിലോ താഴിട്ടഗെയിറ്റോ ഇല്ല.
പത്തായമോ കൊട്ടാരമോ ഇല്ല.
ചൂഷണമോ അസ്വാതന്ത്ര്യമോ ഇല്ല.

കരയിലോ,
അളിഞ്ഞശവത്തിനും കാശാണ്.

കരക്കാർ
വഞ്ചനയിൽകൊരുത്ത
ഇരയുമായോ
നൈലോണിൽ നെയ്ത
സുതാര്യതന്തുമായോ വന്ന്
തന്റെ ആനന്ദാലങ്കാരങ്ങളെ
കരയിൽ തൂക്കിക്കൊല്ലുന്നു.
അതാണ് കടലിന് ഇത്ര ക്ഷോഭം.

ഇന്നത്തെ ചിന്താവിഷയം

1

ലാഭക്കണ്ണൻ
ലാപ്പിൽ തപ്പുകയാ,
മലീമസമായ നഗരങ്ങളെ.
മലിനതയ്ക്കു റാങ്കിടുന്നു
1,2,3...100,101...1000...!
ജനസാന്ദ്രതയ്ക്കും റാങ്ക്,
സാമ്പത്തികശേഷിക്കും.,
പിന്നെ മൂന്നും ചേർന്നൊറ്ററാങ്ക്.
നഗരങ്ങളിൽ സമയമായി
ഓക്സിജൻബൂത്തിന്.
റീഫില്ലിങ്ങും കിറ്റും വേണം,
ഗ്രാമങ്ങളിൽ അല്പം കഴിഞ്ഞാകാം.

2

കനം കുറഞ്ഞകോട്ട്
ഡിസൈൻ ചെയ്യണം
ഫേസ്മാസ്ക് ചേർത്ത്.
ഗ്ലാസ്സ്ഷീൽഡാവാം മുഖത്ത്.
കോളറുകൾ
ഓക്സിജൻ വേർതിരിച്ചു
കുഴൽ വഴി മൂക്കിൽ.
കോട്ട് ആവശ്യാനുസരണം
ചൂടും തണുപ്പും ക്രമീകരിക്കണം.
ബട്ടനുകൾ, വഴിചുറ്റും
അണുവിമുക്തമാക്കണം.

3

കൊറോണാവൈറസാകട്ടെ
കൊടിയടയാളം.
അകലം സംഘടനയെയും
മാസ്ക് സൗഹൃദത്തെയുംതകർക്കും.
നമ്മെ അത് നിലനിർത്തുകയും
ഭീമനാക്കുകയും ചെയ്യും
ആഗോളഭീമൻ!

4

തലച്ചോറിൽ ഘടിപ്പിക്കാവുന്ന
വിജ്ഞാനച്ചിപ്പുകൾകൊണ്ട്
വിദ്യാഭ്യാസത്തെലളിതമാക്കാം.
ആയുസ്സിൽ
ഇരുപത് വർഷമെങ്കിലും ലാഭം.
പത്താംതരത്തിലെ ചിപ്പിന്
കെ ജി ഫ്രീ!
പ്ലസ് ടുവിന് എൽ പി ഫ്രീ!!
ബിരുദത്തിന് യു പി
പി എച്ച് ഡി യ്ക്ക് പ്ലസ് ടു
പിന്നങ്ങോട്ടങ്ങോട്ട് ഒന്നിനൊന്ന് ഫ്രീ..!
ഒരുദിവസത്തിനൊരുദിവസം
ഒരുജീവിതത്തിനൊരുജീവിതം

ഹായ് ഹായ് ഏപ്രിൽ ഒന്ന്

നന്ദി, എന്റെ സ്മരണയ്ക്കായി
ഒരുദിനം മാറ്റിയതിന്.
ഉത്ഭവം അവ്യക്തമെങ്കിലും
ജോഫ്രി ചോസ്റിന്റെ കോഴി
കുറുക്കനെ പറ്റിച്ചകഥ
എനിക്കേറെയിഷ്ടം.

വില്യം,നിന്റെസംഭാഷണങ്ങൾ
നാടകത്തിലാണെങ്കിലും
ജീവിതത്തിൽനിന്നാണല്ലോ,
ഞാൻപറഞ്ഞകഥയാജീവിതമെന്ന്.

ഈ മഹാമാരിക്കാലംവരെ
തിരുത്താനുംമാറ്റാനുംനിനക്കുശേഷം
മഹാകവികളേറെത്തുനിഞ്ഞിട്ടും
ഇന്നും ഞാൻപറഞ്ഞ കഥയിലെ
അധ്യായങ്ങളായി
ലോകം ജീവിതത്തെ വായിച്ച്
താളുകൾമറിച്ചുകൊണ്ടേയിരിക്കുന്നു
ആർപ്പിട്ട് പൊട്ടിച്ചിരിച്ചും,
നെടുവീർപ്പിട്ടും നിലവിളിച്ചും!

ചിപ്പുകൾ

തലച്ചോറിൽ ചിപ്പുകൾ
ഘടിപ്പിച്ച കുരങ്ങൻ
ഗെയിം കളിക്കുന്നു.
വിസ്മയിച്ച കുട്ടിയെ
ചുമരിൽ ചൂണ്ടിക്കാണിച്ചു.
അവിടെ അനവരതം ചിപ്പുകൾ!
അവ വെളുത്ത പൊടികളുയർത്തി,
ചരിത്രം ഡിസ്പ്ലേ ചെയ്യുന്നു.

വിവിധ ജനപഥങ്ങളുടെ ഗോത്രങ്ങൾ
ഗോത്രങ്ങൾ രാജ്യങ്ങളാക്കുന്നു,
രാജ്യങ്ങൾ സാമ്രാജ്യങ്ങളാക്കുന്നു.
സാമ്രാജ്യങ്ങൾ തകരുന്നു,
പുതിയ അതിരുകൾ
പുതിയ രാജ്യങ്ങൾ!
ഇപ്പോൾ,
സോവിയറ്റുകൾ,
യൂഗോസ്ലോവാക്യ...!
പടുക്കുന്നു... തകർക്കുന്നു...!

കൗതുകത്തോടെ നോക്കിനില്ക്കേ,
ചിപ്പുകൾ പിൻവാങ്ങുന്നു,
അടുത്ത ചാഴിസമയത്തിന്നായി.
അത്ഭുതത്തോടെ കുട്ടി മന്ത്രിച്ചു :
ആരാണിത് ഡിസൈൻ ചെയ്തു
ഡിസ്പ്ലേ നടത്തിയത്!?
ഞങ്ങൾ മൂകവിസ്മയരായി.

ചിഹ്നം

നേരിട്ട തെരഞ്ഞെടുപ്പുകളെത്ര,
അസാധുവായ വോട്ടുകളുമേറെ.
മാറിമാറി സ്വീകരിച്ച ചിഹ്നങ്ങളുടെ
നടുക്കുന്ന ഘോഷയാത്രകൾ!

ജയപരാജയങ്ങളെണ്ണി
ഭരണ പ്രതിപക്ഷങ്ങളായി
വിഴുപ്പലക്കി ചിന്നിയുംപിന്നിയും
പാഴായകാലമോർത്തുതരിപ്പാറ്റെ,
ആദ്യതെരഞ്ഞെടുപ്പിന്റെ
ആവേശവും ലഹരിയും
ഓർമ്മച്ചിത്രങ്ങളായി
ഹൃദയത്തിൽ,
ആണിയടിച്ചുതൂക്കിയിടുന്നു.

ഒരു തണുത്തകാറ്റ്
മേഘങ്ങളെ തടുത്തുകൂട്ടുന്നു.
നീറ്റലായവ വളർന്നുറഞ്ഞു
ചാറ്റലായവ തകർത്തു പെയ്യുന്നു.

അന്ന് നിനക്കും എനിക്കും
ഒരേ ചിഹ്നമായിരുന്നല്ലോ.
നാമെന്നോ തമസ്ക്കരിച്ച
പ്രണയം തുടിക്കുന്ന ഹൃദയചിഹ്നം!

വവവ. കൂടാം

വിശ്വ വിശാല വലയിൽ കൂടാം
ജന്നൽപ്പാളി മെല്ലെ തുറന്ന്.
ബ്രൗൺ, ഈവ, സൽമ...
കിം, വാങ്, അന്ന, യമഗുലി...
മാടിവിളിക്കും സൗഹൃദം,
സാഹോദര്യം, പ്രണയം.,
അതിനൂതന സുതാര്യലോകം!

വിശ്വ വിജ്ഞാന വലയിൽ കൂടാം
സ്വസ്ഥാനം മുതൽ സൗരയൂഥം വരെ,
പരമാണു തൊട്ട് പ്രപഞ്ചം വരെ
ആർജ്ജിച്ച അറിവുകൾ തേടാം,
അറിയാം,കണ്ടുംകേട്ടും കടന്നുപോകാം!

വിശ്വ വിനോദ വലയിൽ കൂടാം
ദൃശ്യ ശ്രവ്യ സല്ലാപങ്ങൾ,
കളികൾ, നേരമ്പോക്കുകൾ,
കാടുകൾ കിളികൾ മൃഗങ്ങൾ
മലകൾ നദികൾ കടലുകൾ
ജലജീവികൾ പവിഴപ്പുറ്റുകൾ
കണ്ടു കണ്ടു കടന്നുപോകാം
സ്വന്തംഅറിവുകൾ കൈമാറാം!

വിശ്വ വ്യാപാര വലയിൽ കൂടാം
മൊട്ടുസൂചി തൊട്ട് സൂപ്പർകമ്പ്യൂട്ടർ,
നിശബ്ദ റോക്കറ്റ് വരെയും
വാങ്ങാംവില്ക്കാം ലോകംമുഴുവൻ!

എല്ലാം നന്മ, നന്മയിൽ നിന്നും
എല്ലാം മേന്മ, മേന്മയിൽ നിന്നും
സർവം ഗുണകരം
ഗുണദോഷം അറിഞ്ഞാൽ.
സർവം വേദനാകരം
വിശ്വ വഞ്ചനാ വലയിൽ വീണാൽ!

നേരെയല്ലൊന്നും

നോക്കണേ,പകലുറക്കവും
രാത്രി യാത്രയുമായി
തല തിരിഞ്ഞ ജീവിതം.
ഉണ്ണുമ്പോഴും ഉറങ്ങുമ്പോഴും
തല കീഴോട്ട്,
വൈറസ് വാഹി,രക്തരക്ഷസ്സ്!!

പരിഹസിക്കേണ്ട.
ഞങ്ങൾ കള്ളരല്ല.
നിങ്ങളുടെ കഥകളിലെ
രക്ഷസ്സുമല്ല.
വൈറസ് വാഹകരും,അപൂർവം
രക്തപാനികളുംഇല്ലാതില്ല.
[illegible] [illegible] മാത്രമായില്ല.
സർവ്വർക്കുംസർവ്വദിനങ്ങളും
സമ്പന്നമാക്കാൻ,നിശാകീടങ്ങളെ,
തേടിയിറങ്ങുന്ന പാവങ്ങൾ.
ജൈവപ്രകൃതിയോടും സഹജരോടും
നിറത്തിലും ഐക്യപ്പെടുന്നു,
എന്നുവെച്ചു ഒരുസേനയുമല്ല.

തല കീഴോട്ട്.!
ഒന്നുകൂടി ചിന്തിച്ചു നോക്കൂ.
ഞങ്ങളുടെ തലയാണ്
അമ്മയുടെ മാറിൽ,
നിങ്ങളുടെ കാലും!
ചവിട്ടിമെതിച്ചുള്ള
ആ കുതിപ്പു കാണുമ്പോൾ
അമ്മേ, മാപ്പാക്കണേയെന്ന്
ഉറക്കിലും ഞങ്ങൾകൈകൂപ്പുന്നു.

ചേർന്നു കിടക്കുന്നവരെ
ഉറക്കിലും കൈകൂപ്പുന്നവരെ
ചവിട്ടിമെതിക്കുന്നവർ
അറുത്തുതിന്നുന്നവർ,
രക്തരക്ഷസ്സെന്ന്...!

പാവങ്ങൾ, മെഴുകുതിരികൾ

ഒന്നിനുപിറകെഒന്നായി
കൊളുത്തിയത്
അഞ്ചു മെഴുകുതിരികൾ.
ആദ്യത്തേത് നിഷ്കളങ്കമായി ജ്വലിച്ച്
അൾത്താരയിലേക്ക്
പ്രകാശം വർഷിച്ചു.
നിർവാച്യമായ സുഗന്ധാനുഭൂതി
അനന്തതയോളം പടർന്നു.
തിരുമുറിവുകളിൽ
ചോരപ്പാടുകൾ മാഞ്ഞു.

രണ്ടാമത്തേത്
എരിഞ്ഞത് വിഷാദത്തോടെ.
പ്രതീക്ഷകൈവിടാത്തകാത്തിരിപ്പിൽ
വിഷാദവുംപുകച്ചിലുംഅരിച്ചുകയറി.

മൂന്നാമത്തേത് ആളിക്കത്തുമെന്നും
പ്രഭാദീപ്തിയിൽഎല്ലാംതിളങ്ങുമെന്നും
ഏറെ കിനാവ് കണ്ടിരുന്നു.
പ്രാർത്ഥനയോടെ കൊളുത്തിയതും
ശാപംകിട്ടിയപോലെ
ആദ്യന്ത്യം പൊട്ടലുംചീറ്റലും!
പിതാവേ,ദുരന്തങ്ങളുടെതുലാവർഷം

അടുത്തത് ശേഷിയെല്ലാംനഷ്ടപ്പെട്ടും
ഒടുവിലത്തേത്
ശേഷക്രിയയ്ക്ക് പാകത്തിലും,
പടുതിരിയുംകെട്ടമണവും.
അരൂപീതാണ്ഡവമായിഭയം
അത്താണിതേടിനെടുവീർപ്പുകൾ,
സർവ്വംനിർവ്വികാരതയിൽലയിച്ചു.

പാപമൊന്നും ചെയ്തില്ലല്ലോ
പിന്നെന്തിനീ ശിക്ഷ, പിതാവേ?

എന്തായിരിക്കും സംഭവിച്ചത്!
എല്ലാംഒരേകൂടിലെതിരികൾ.
കുമ്പസാരക്കൂട്ടിൽ
വേറൊന്നും പറയാനുണ്ടായിരുന്നില്ല.
അപ്പോഴേക്കും നേരത്തെയില്ലാവിധം
തിരുമുറിവുകളിൽ രക്തംപൊടിഞ്ഞ്
അലക്ഷ്യമായി ഒഴുകാൻ തുടങ്ങി.
ആ മുഖം താനെന്നോ
കണ്ണാടിയിൽ കണ്ടതുപോലെ!?

സോറൻ കീർക്ക് ഗാഡ് *

പ്രസ്താവന :

ആത്മവഞ്ചനയ്ക്കുടമ
സന്ത്രാസത്തിന്നടിമ.

ഭൂരിപക്ഷ അനുഭവം :

കാമുകന്
ഒന്നിക്കില്ലെന്നുറപ്പ്,
കാമം തീരുംവരെ പ്രണയം.

കാമുകിക്ക്
പ്രണയപ്പനി പിടിച്ചുവേച്ചുന്നു,
ശരക്കാലപ്പച്ചയിൽ ചുവട്.

ഊരാളൻ
അർഹതപ്പെട്ടവനു നിഷേധിച്ച്
അനർഹമായതും കൈപ്പറ്റുന്നു.

സുഹൃത്ത്
ആഹ്ലാദാശ്ലേഷത്തിലും
അഗാധതയിലേക്കുന്തുന്നു.

സഹജീവിക്ക്
അപരപതനത്തിൽ പരിതാപം
ഉള്ളാലെ കുത്തുന്ന പരിഹാസം.

നേതാവിന്
ജനമുതുകു ചവിട്ടുപടി
ജനവിരുദ്ധതയിൽ അഭിരമിക്കൽ.

അധികാരി
ജനാധിപത്യത്തെ വാഴ്ത്തി
സ്വേച്ഛാധിപത്യത്തെ പുണർന്ന്.

ഇവരുടെ
ഞാൻ ഞാൻ എന്ന വാഴ്ത്തലിൽ
ചില്ലിന്റെമുന മേലോട്ട് മേലോട്ട്.
നീ നീ എന്ന അഭിസംബോധനയിൽ
വള്ളിയുടെ വാൽ താഴോട്ട് താഴോട്ട്!

പൊതുവെ
താനെന്താണോ അതല്ലെന്ന നാട്യം
താനെന്തല്ലയോ അതാണെന്ന ഭാവം.

പാവം സോറൻ!
സന്ത്രാസ സന്ത്യക്തർ
ആത്മവഞ്ചന ആഘോഷമാക്കി
വിശ്വമടക്കി വാഴുമ്പോൾ
സോറൻ കിർക്ക് ഗാഡ് ഖിന്നൻ
പരാജിതൻ സന്ത്രസിതൻ.

---

* Soren kierkegaard -- Danish philosopher
(1813--1855) Father of existentialism

തറുതലകൾ

കണ്ണുതുറന്ന്, യഥാർത്ഥലോകംകാണൂ
ചിരിക്കാം!
പിറകോട്ടുനോക്കി,
മുന്നോട്ടു നടന്നുകൊണ്ടിരിക്കെ
ചിരിച്ചുകൊണ്ടേയിരിക്കാം!

വഴിയിൽ കാണാം
വെപ്പാട്ടികൾക്കിടയിൽ
സാമ്രാജ്യവും തലയും നഷ്ടപ്പെട്ട
കലിഗുലയുടെ കാമവൈകൃതം.

കരിങ്കുപ്പായമിട്ട്
ഫാസിസത്തെ പുണർന്നു
തലകീഴായി കഴുമരത്തിലാടി
മുസ്സോളിനിയുടെ പരാക്രമങ്ങൾ.

നാസിസ്റ്റ് യൂണിഫോമണിഞ്ഞു
ഗ്യാസ് ചേമ്പറിലെ
കത്തുന്ന മനുഷ്യഗന്ധം
ദീർഘശ്വാസമായെടുത്തു
തന്റെ തലയ്ക്കു നേരെ
അവസാനത്തെ ഉന്നം പിടിച്ച്
ആര്യരക്തസ്തുതിയിൽ
പരമാനന്ദനാകുന്ന ഹിറ്റ്ലർ.

കുന്നിൻ നെറുകയിലേക്ക്
പാറകളെ ഉരുട്ടിക്കയറ്റി
കൈവിട്ടു നിലവിളിക്കുന്ന
നാറാണത്ത് വിരുദ്ധർ.

തറുതലയ്ക്കൊരു മറുതലയായ്
വിയർപ്പ് പൊള്ളിച്ചവരെ,വിശപ്പ്
നിരന്തരംകൊലവിളിച്ചപ്പോൾ
ഭരണകൂടത്തെ
തൂക്കിലേറ്റുന്നതുകാണാം.

പാഠങ്ങൾ

വീഴ്ചയിൽ വേദനിക്കുകയും
ഉയിർത്തെഴുന്നേല്പിൽ
ആഹ്ലാദിക്കുകയും ചെയ്യുന്ന
കഥകളാണല്ലോ ജീവിതപാഠങ്ങൾ.

എന്നാൽ ഞാൻ
ആഴത്തിൽ വീണപ്പോൾ
ആഹ്ലാദിക്കുകയും
വേർപെട്ട് ഉയരാൻ നോക്കെ
മുറിവേറ്റ്
വല്ലാതെ വേദനിക്കുകയും ചെയ്തു.
ജീവിതത്തിലുടനീളം
ആ വേദന തുടർന്നേക്കാം.
ഉയരാൻ ശ്രമിച്ചത്
ഒരു പ്രണയത്തിന്റെ
അഗാധതയിൽ നിന്നാണല്ലോ.

ജലദാഹം

മഹാസമുദ്രത്തിലെ
ഒരുതുള്ളി മാത്രമായന്ന്
അസ്തിത്വമോർത്തു ദുഃഖം.
ഓരോതുള്ളിജലത്തിലും
മഹാസമുദ്രമെന്നഅറിവ്
അസ്തിത്വംതന്ന് ഉന്മാദിയാക്കി.
കുത്തിയൊഴുകിയാർത്തു
അലയടിച്ചുയരാൻ മോഹം.

വരണ്ട ഒരുനുള്ളുപൊടി,
അതിന്റെ അതിതീഷ്ണാമാംനോട്ടം
വീണ്ടുമാ പഴയ ദുഃഖത്തിലാഴ്ത്തി.
ഉറവയുള്ള ഒരു നീർച്ചാലെങ്കിലും
കൂടെയില്ലെങ്കിലെങ്ങിനെ
ഞാൻ,ഞാനായി കുത്തിയൊഴുകും?

കവിതയും നെൽക്കൃഷിയും

അന്ന് കൃഷിക്കാർ കുറവായിരുന്നു.
കൃഷിയിടവും തരിശും
ആവശ്യത്തിലേറെയും.
എഴുത്തച്ഛൻ പുതിയൊരിടമൊരുക്കി,
ഏറെ വിശാലമായ ഒരിടം.
രത്നാകരനോട് വിത്ത് വാങ്ങിവിതച്ചു
വിളഞ്ഞതമ്പമ്പോ,
ഉണ്ടിട്ടും ഉണ്ടിട്ടും തീരുന്നില്ല.
പഴകുന്തോറും രുചിയുമേറെ!
പലരും അരിയെടുത്തു
പലതരം വിഭവങ്ങളൊരുക്കി.
കേളികേട്ടു മലയാളം.

അടുത്തതലമുറ ഒട്ടുംമോശമായില്ല.
അവർവിശാലമായപാടങ്ങൾക്കുപകരം
നോക്കെത്തുംദൂരംമാത്രംകൃഷിചെയ്തു.
എന്നാൽ രീതിയൊന്ന് മാറ്റിപ്പിടിച്ചു.
കെ. ആശാൻ മുതൽ
വി. എൻ. മേനോൻ വരെ,
കണ്ണ് കൊള്ളും കതിരുകൾ!
ചെറുപ്പക്കാരന്നൊട്ടും പിന്നോട്ടായില്ല.

ഭൂപരിഷ്കരണംആളോഹരികുറച്ചു
കൃഷിക്കാർകൂടി.
ചിലർ സങ്കരവിത്തിനങ്ങളും
രാസവളങ്ങളും പ്രയോഗിച്ചു.
നല്ലവിളവെടുത്തവരും

ഒന്നും ലഭിക്കാത്തവരും കാണാം.
നഷ്ടത്തിലായവർവേറെപണിനോക്കി.
ചിലർ നാണ്യവിളചെയ്തു
ലാഭം കൊയ്തു
വലിയ വലിയ കവികളായി!

പുത്തൻതലമുറ ഒപ്പിച്ചുപോയി.
അവരുടെ കൃഷിയിടവും ചെറുത്.
അനുബന്ധജോലിയാൽനിവർത്തിച്ചു
അവർക്കൊട്ടും വിലയില്ലാതായി.
എവിടെയും അവഗണനയും!

പുതുപുത്തൻ കൂട്ടർ
തുണ്ടംതുണ്ടമായ പാടത്തു
ഒരനുഷ്ഠാനംപോലെചെറിയതോതിൽ...
ചിലർ വലിയ വലിയ മതിലുകെട്ടി
മണ്ണിട്ടുയർത്തി നിറയെ വീടുവെച്ചു.
മുന്നിൽ അലങ്കാരച്ചെടികളും
വെട്ടിയൊതുക്കിയപുല്ലുംപട്ടിക്കൂടും.
കൃഷിയുണ്ടെങ്കിലത്
മാർക്കറ്റുള്ള ദീർഘവിള.
നിർബന്ധാണേൽമട്ടുപ്പാവിലല്പം
ഒരുകൗതുകമോ സ്മരണയോ!

ഇപ്പോൾ തൂമ്പയുംപാടവും
അറിയാത്തവരുടെ
ഓൺലൈൻ കൃഷികണ്ടു
വെള്ളമിറങ്ങാതെ
കണ്ണുമിഴിച്ചു കിടപ്പുണ്ട്
എന്റമ്മ, മലയാളം.
വൈകാതെ ചാറ്റ് ജിപിടിയിൽ
വിത്തിറക്കിയാൽ
'മേത്തരം വിള'കൊയ്താഹ്ളാദിക്കാം.